VĂN HỌC MỚI

TẠP CHÍ VĂN HỌC NGHỆ THUẬT

PHÁT HÀNH MỖI THÁNG / 1 SỐ (1 NĂM 12 SỐ) Năm thứ VIII

Editor-in-Chief: HÀ NGUYÊN DU

Assistant Editor-in-Chief : NT LỆ THU

General Secretary : Lệ Thu & Vương Thư Sinh

Secretary & Manuscript Reader : Bạch Xuân Phẻ

Senior Editor: NGUYÊN HÀ

Publishing Technology:

Phạm Hồng Thái & Ngã Phương Huyền

Thư từ, bài vở, ngân phiếu - xin gởi về:

(Văn Học Mới - New Literature Magazine)

Tòa Soạn

(Newsroom)

To: HA NGUYEN

10291 Arundel Ave.

Westminster, CA 92683 - 5821

vanhocmoi4@gmail.com

ntlthu1016@gmail.com

tapchivanhocmoi.tho@gmail.com

https://tapchivanhocmoi.com

https://vanhocmoi.com

ĐẠI DIỆN PHÁT HÀNH

Canada: **Phan Ni Tấn** <phannitan@yahoo.ca>

Canada : **Hoàng Xuân Sơn** <hoangxuanson@hotmail.com>

Minnesota: **Kimchi Hoang** < hkimchi2006@gmail.com>

Georgia: **Đức Phổ**<dducpho@gmail.com>

Massachusetts: **Lâm Chương** <lamchuong495@gmail.com>

Louisiana: **NgT Hồng Hải**<nhattannguyen575@yahoo.com>

Houston: **Nguyễn Minh Triết**<lntt_2000@yahoo.com>

San Jose: **Phạm Hồng Thái**<thaihpham@gmail.com>

Paris:**Trang Thanh Truc<trangthanhtrucparis@yahoo.fr>**

VN: NT Lệ Thu<ntlethu1016@gmail.com>

Germany **Trần Văn Tích**

Số ghi danh Quốc Hội Hoa kỳ: ISSN 2690 - 4276

TRONG SỐ NÀY

***

NGUYỄN KIẾN THIẾT • HOÀNG XUÂN SƠN • PHẠM QUỐC BẢO • NGÃ PHƯƠNG HUYỀN • NGÔ NGUYÊN NGHIỄM • TRẦN VĂN TÍCH • ĐỨC PHỔ • SAN PHI • HÀ NGUYÊN DU • NGUYỄN VĂN SÂM • HUỲNH LIỄU NGẠN • QUYÊN DI • VŨ HOÀNG THƯ • NGUYỄN MINH TRIẾT • VIÊN DUNG • LÊ TRÚC KHANH • NGUYỄN ĐÌNH TỪ LAM • TUỆ TRUNG • SA CHI LỆ • LƯƠNG THIẾU VĂN • LÊ HỮU MINH TOÁN • PHAN HẠ DU • HOÀNG ÂN • MINH NGUYỄN • TIỂU LỤC THẦN PHONG • HỒ XOA • HỨA HIẾU • TRẦN QUÝ TRUNG • HUỲNH VIẾT TƯ • NAM GIAO • QUẢNG XUÂN • TRỊNH MINH HIẾU • PHAN XUÂN THIỆN • LÊ LIÊN • TRẦN DANH THÙY • PHAN TƯỞNG NIỆM • NGUYỄN AN BÌNH • LÊ CHIỀU GIANG • LÂM HẢO DŨNG •NGUYỄN MINH QUÝ • TRẦN THANH DŨNG • HÀ HUY HOÀNG • NGƯỜI SÔNG HẬU • TRẦN ĐỨC •

mục lục

VĂN HOC MỚI SỐ 36

MỤC LỤC 6
LỜI TÒA SOẠN 8
CHIA BUỒN 10 Cùng Sự Ra Đi **Của Họa sĩ Khánh Trường**
NGUYỄN KIẾN THIẾT • 15 có nên tin tử vi bói toán
HOÀNG XUÂN SƠN • 25 tuổi sóng vàng / phương nam
PHẠM QUỐC BẢO • 27 đáp thư bạn
NGÃ PHƯƠNG HUYỀN • 28 định nghĩa về thơ / sương phiêu bồng
NGÔ NGUYÊN NGHIỄM • 32 chiêm bao ngồi dạo ma cầm ...
TRẦN VĂN TÍCH • 34 long thành cầm giả ca 2
ĐỨC PHỔ • 48 lời đầu năm gởi người cố xứ / xuân muộn
SAN PHI • 50 mong manh kiếp người / mừng sinh nhật anh
HÀ NGUYÊN DU • 53 lời bạt "hoa rơi tỉnh thức"/ nhìn lại mình ...
NGUYỄN VĂN SÂM • 63 câu hò vân tiên
HUỲNH LIỄU NGẠN • 79 một ngày đầu năm / mùa xuân vai gầy
QUYÊN DI • 81 người ghét mùa xuân
VŨ HOÀNG THƯ • 86 tháng chạp đìu hiu / đêm lạnh
NGUYỄN MINH TRIẾT • 87 nhớ về trận bão lục giáp thìn 1964
VIÊN DUNG • 106 có lần ngọn chướng / phiên tình nuối
LÊ TRÚC KHANH • 108 nghĩ từ một dòng thơ cổ
NGUYỄN ĐÌNH TỪ LAM • 110 chia xa
TUỆ TRUNG • 117 tâm khúc sang mùa
SA CHI LỆ • 119 khóc bạn tăng minh phụng / tuyết khiêu vũ
LƯƠNG THIẾU VĂN • 121 trần dạ lữ, người lữ khách cô đơn ...
LÊ HỮU MINH TOÁN • 29 chùm thơ tứ tuyệt mùa xuân
PHAN HẠ DU • 130 giáng sinh buồn / mơ
HOÀNG ÂN • 131 sáng tạo../bút lưu tình .. /du hành../nấu cơm..
MINH NGUYỄN • 132 bãi rác chiều hôm

TIỂU LỤC THẦN PHONG • 137 dưới trăng hoa trắng
HỒ XOA • 138 hành trình xuân
HỨA HIẾU • 139 tôi là khu rừng buồn
TRẦN QUÝ TRUNG • 141 trời ơi phật hỡi
HUỲNH VIẾT TƯ • 142 bất tận cùng em
NAM GIAO • 143 như bóng mây tan
QUẢNG XUÂN • 148 chuyện tình xưa cũ / thu đau
TRỊNH MINH HIẾU • 150 chuyện thời thế
PHAN XUÂN THIỆN • 161 nghe tiếng gõ của chim gõ kiến
LÊ LIÊN • 162 từ dạo ấy
TRẦN DANH THÙY • 163 những khoảnh khắc của một người...
PHAN TƯỞNG NIỆM • 167 đêm chờ sáng
NGUYỄN AN BÌNH • 168 ngẫu hứng tháng chạp
LÊ CHIỀU GIANG • 169 triển lãm hội họa mùa xuân ...
LÂM HẢO DŨNG • 173 con thuyền quá khứ
NGUYỄN MINH QUÝ 174 trên lối mòn xưa
TRẦN THANH DŨNG • 175 những nếp gấp trắng xám
HÀ HUY HOÀNG • 176 bình thơ bài tôi ru con gái tôi
NGƯỜI SÔNG HẬU • 180 cuối năm ngủ trên đồi cỏ hồng
TRẦN ĐỨC • 181 hình bóng mẹ

MỖI KỲ VỚI CA KHÚC MỚI • 182 NPH & NPQ phụ trách
NHẬT KÝ VĂN HỌC • 188 ...
GIỚI THIỆU • 194 hoa rơi tỉnh thức
GIỚI THIỆU • 195 Sàigòn nghề báo / Nhà biên khảo Trần Nhật Vy
GIỚI THIỆU • 196 tập thơ thất lạc thi / Họa sĩ Hoàng Ân
GIỚI THIỆU • 197 > 200 / trả lời thư tín / thể lệ gởi bài & giá biểu..

LỜI TÒA SOẠN
TẠP CHÍ VĂN HỌC MỚI

SỐ 36

Thưa quý thân hữu cộng tác
và quý độc giả thân mến

Kể từ khi ra mắt, *Văn Học Mới* đã tự định hình như một người bạn đồng hành thân thiết trên hành trình sáng tạo văn học nghệ thuật (VHNT) của quý tác giả và độc giả. Với hình thức *Nguyệt san*, mỗi tháng một số, chúng tôi không ngừng nỗ lực mang đến những giá trị mới mẻ, những góc nhìn đa chiều để tiếp nối dòng chảy văn hóa trong thời đại hiện nay.

Hiện tại, chúng tôi đang thực hiện *số 36*, ấn phẩm thuộc tháng 1 / 2025 – là *số cận Xuân, cận Tết*. Nhiều tác giả đã gửi bài và gọi đây là "số Xuân." Tuy nhiên, chúng tôi xin giải thích rõ rằng, *số Xuân chính thức sẽ là số 37*, ra mắt vào tháng 2/2025. Vì vậy, chúng tôi rất mong quý tác giả tiếp tục gửi các sáng tác đặc sắc để góp phần làm phong phú số Xuân đặc biệt này.

VHNT và vận mệnh nhân loại: Góc nhìn cần thiết
Thưa quý vị

- *Văn học nghệ thuật*, dù là một mảng trong bức tranh rộng lớn của xã hội loài người, vẫn mang ý nghĩa quan trọng và hữu cơ. Nó không tách rời khỏi dòng chảy vận mệnh của thế giới, mà ngược lại, luôn phản ánh và đồng hành với những biến chuyển của nhân sinh. *Vì thế, sự nhận thức đúng đắn về vai trò của văn học là điều không thể thiếu.*

Một sự thiếu sót trong nhận thức sẽ không chỉ làm giảm giá trị của sáng tác văn học mà còn khiến văn chương xa rời hiện thực sống động của thời đại. Điều này đặc biệt đúng trong **kỷ nguyên công nghệ thông tin** – thời đại hoàng kim của khoa học kỹ thuật, nơi mà sự phát triển vượt bậc đang định hình mọi lĩnh vực đời sống.

Chúng ta đang sống trong một thời kỳ mà dòng chảy thông tin dồn dập, khiến không ít người cảm thấy choáng ngợp. **Trong bối cảnh này, sáng tạo văn học phải trở nên bén nhạy hơn bao giờ hết, phải "đuổi kịp" nhịp sống hiện đại và phản ánh được sự phức tạp, phong phú của nhân loại.*

Hướng đến sự tương tác đa chiều

Với nhận thức ấy, chúng tôi mong muốn **mỗi sáng tác được đăng trên *Văn Học Mới*** không chỉ là những tác phẩm đơn thuần, mà còn là sự cộng hưởng, tương tác đa chiều với thực tại. Từ cảm hứng cá nhân của tác giả, đến cảm nhận của độc giả, từ chiều sâu văn hóa đến ảnh hưởng của thời đại, tất cả đều là những yếu tố cần được cân nhắc kỹ lưỡng.

Những sáng hóa mà chúng ta đang theo đuổi, dù nhỏ hay lớn, đều góp phần xây dựng giá trị văn học của thời đại này. *Sự cẩn trọng trong từng câu chữ, sự đầu tư tâm huyết trong mỗi ý tưởng chính là cách chúng ta chung tay làm giàu thêm di sản văn học nghệ thuật cho mai sau.

Thưa quý vị

Lời tòa soạn số này không chỉ là thông báo về hành trình sắp tới của *Văn Học Mới*, mà còn là lời mời gọi chúng ta cùng nâng cao nhận thức và trau chuốt những sáng tác. *Hãy để mỗi tác phẩm là một nhịp cầu nối liền hiện thực và khát vọng, là tiếng nói riêng độc đáo nhưng vẫn hòa nhịp cùng thời đại.*

Chúng tôi xin gửi lời tri ân đến quý tác giả, quý độc giả đã đồng hành và ủng hộ. Chúc tất cả một mùa lễ hội cận Xuân an vui, sáng tạo dồi dào và nhiệt huyết tràn đầy.

Trân trọng

Tòa soạn Văn Học Mới

SỰ RA ĐI CỦA MỘT TÀI NĂNG NỔI BẬT ...

Với Nghệ Thuật Đa Dạng : KHÁNH TRƯỜNG

(Họa sĩ / Nhà văn/ Nhà thơ / Nhà báo)

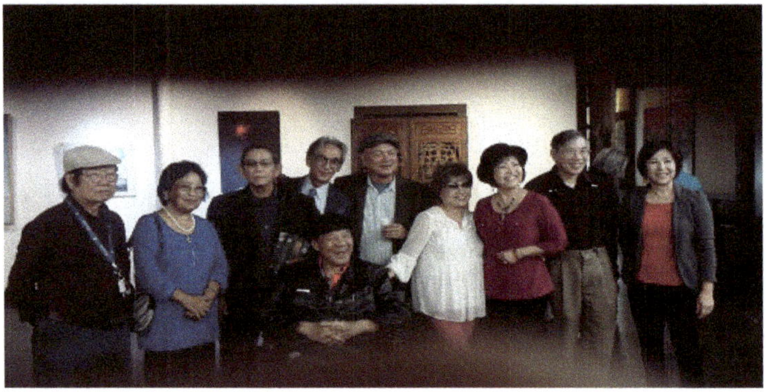

1.

Tạp Chí Văn Học Mới
Và Đôi Lời Thành Kính Chia Buồn:

Mở đầu là toàn BBT / Văn Học Mới, với lòng chia sẻ chân thành và đôi lời *"Thành Kính Chia Buồn" sâu sắc đến gia đình Họa sĩ Khánh Trường. Không quên nhấn mạnh đến sự mất mát to lớn không chỉ của gia đình mà còn của giới Văn Học Nghệ Thuật (VHNT) Hải Ngoại…*

2. Khánh Trường – Một nhân tài nổi bật
Giới thiệu sơ lược tiểu sử ***Khánh Trường***
(1948 - 2024)
Bút hiệu khác: Kim Thi, Nguyễn Thị Giáng Châu
Họa sĩ, Nhà văn, Nhà thơ, Nhà báo
Chủ biên, Chủ nhiệm sáng lập tạp chí Hợp Lưu
***

Khánh Trường tên thật Nguyễn Khánh Trường, sinh năm 1948 tại Khánh Thọ, Tam Kỳ, Quảng Nam
Năm 1968 nhập ngũ, 1970 bị thương, 1972 giải ngũ. 1987

vượt biển đến Thái Lan và định cư vùng Nam California.

Làm báo, làm thơ, viết văn và là một họa sĩ nổi tiếng từng triển lãm tranh ở Việt Nam, Phi Luật Tân, Mã Lai, Pháp, Đức và Hoa-Kỳ, Khánh Trường chủ trương tập san Hợp Lưu (1991 - 2005) và các nhà xuất bản Tân Thư, Mở Nguồn ở California.

****Nói về vai trò kép** *của ông trong cả hội họa và văn chương, thể hiện một tài năng đa diện.***

Thành tựu nghệ thuật: Nhắc đến các tác phẩm nổi bật trong hội họa, các triển lãm, hoặc phong cách nghệ thuật độc đáo mà ông theo đuổi.

Đóng góp văn chương: Là đề cập đến các tác phẩm văn học, sự nghiệp viết lách và ảnh hưởng của ông trong giới v ăn nghệ sĩ.

3. Những tranh cãi và sự thật…

Phê phán và đánh giá: Ta phải nhẹ nhàng nhắc đến những góc nhìn trái chiều mà ông từng đối mặt trong sự nghiệp, nhưng nhấn mạnh rằng tài năng và cống hiến của ông luôn được thừa nhận, kể cả từ những người từng chỉ trích gay gắt xuyên qua những xôn xao chính kiến nọ kia!!

Khả năng vượt lên: Ta cần nêu bật sự bản lĩnh của ông trong việc đối mặt với phê bình, thậm chí biến điều đó thành động lực sáng tạo.

4. Di sản và ảnh hưởng …

Di sản VHNT: Nói về những giá trị mà ông để lại, cả trong hội họa lẫn văn học, đều nằm trong ba đẳng cấp hạ, trung và thượng …tùy theo cảm nhận cá nhân riêng biệt, kể cả hai khuynh hướng trung thực và thiên vị tính!

Ảnh hưởng cá nhân: Những câu chuyện hay kỷ niệm đặc biệt mà ông để lại trong lòng bạn bè, đồng nghiệp.

5. Lời kết

Kết thúc bằng lời ghi nhận ân nghĩa dành cho Họa sĩ Khánh Trường, nhấn mạnh rằng tên tuổi và di sản của ông đã lưu lại trong lòng những người yêu nghệ thuật, kể cả những người dị ứng với ông…

Một trong những đóng góp to lớn nhất của sự nghiệp "kép" của Nhà văn / Nhà thơ / Hoạ sĩ Khánh là tờ báo VHNT tên là **Hợp Lưu** , do anh làm chủ nhiệm trong 15 năm (1991- 2005) *. Kế đến là hàng loạt tác phẩm, đáng ca ngợi nhất là "44 Năm Văn Học VN Hải Ngoại"* Cộng hưởng với những **"tia chớp"** *sáng tạo mạnh mẽ, không ngừng nghỉ, rất đáng khâm phục của Khánh Trường* (Tôi gọi là **tia chớp**, *bởi trong hơn 20 năm ông ngồi trên xe lăn rất ngã nghiệt cuộc đời… Tay co dãn rất khó khăn, mà một khi ông đánh chữ thì không thể tưởng tượng rằng, ông có nghị lực phấn đấu kinh hồn … Từ đó hàng loạt tác phẩm ra đời trong những ngày tháng tột cùng đau khổ nhất của ông.)*

Tưởng Nhớ Nhà Văn, Nhà thơ Họa Sĩ Khánh Trường (1948- 2024)

Hôm nay, sau một hành trình dài cống hiến cho VHNT … Nhà văn, Họa sĩ Khánh Trường đã "Vĩnh Viễn Rời Xa" chúng ta. Sự ra đi của ông để lại một khoảng trống hư vô, không chỉ trong lòng gia đình mà còn trong cộng đồng văn nghệ sĩ hải ngoại, nơi ông là một nhân tố đầy khích lệ như một động lực thúc đẩy một cách mạnh mẽ trong cao trào sáng tạo nghệ thuật ở hải ngoại trong suốt nhiều thập kỷ qua. ***Mặc dù kèm theo có sự đồng hành của các tạp chí Văn học khác như Văn, Văn Học, Giai phẩm Chủ Đề, Khởi Hành, Thế kỷ 21 … Nhưng với tờ Hợp Lưu của Họa sĩ Khánh Trường là "đình đám" nhất***

Người Thuyền Trưởng Của Hợp Lưu

Một trong những di sản lớn nhất của Khánh Trường chính là tờ báo văn học nghệ thuật **Hợp Lưu,** nơi ông giữ vai trò chủ nhiệm suốt 15 năm (1991-2005). Hợp Lưu ra đời vào tháng 10 năm 1991

Tờ Hợp Lưu không chỉ là một diễn đàn độc đáo, nơi gặp gỡ của những ngòi bút tài năng trong và ngoài nước, mà còn là cầu nối văn học giữa các thế hệ người Việt Nam trên khắp thế giới. Dưới sự diều hành của ông, Hợp Lưu trở thành một biểu tượng của sự sáng tạo tự do, đa dạng và giàu nhân văn.

Sự Nghiệp Văn Học Đáng Nể

Phải công nhận rắng, bên cạnh vai trò là người kết nối văn nghệ sĩ, Khánh Trường còn là một nhà văn, nhà thơ và họa sĩ nổi bât và gây tranh cải nhiều nhât ở Hải Ngoại. Những tác phẩm của ông: *[Có yêu em không, Ba điều bốn chuyện (tạp văn), đến tập thơ Khánh Trường, và những tập truyện : Chỗ tiếp giáp với cánh đồng, Tịch Dương; Dấu Khói Tàn Tro, Bãi Sậy Chân Cầu, Có Kẻ Cuồng Điên Khóc, Xuyên Giấc Chiêm Bao, Đừng Theo Dông Bão, Nắng Qua Đèo, Năm Tháng Buồn Thiu, Cùng Nhau Đất Trời và cả tiểu thuyết Phỉnh], mà anh dự định in trong những ngày sắp tới.*

Ông không chỉ viết bằng ngòi bút mà còn bằng tâm hồn, biến mỗi trang sách thành một cuộc đối thoại chân thành với cuộc đời. Những câu chuyện và vần thơ của ông chạm đến nỗi buồn, niềm vui, và khát vọng của con người trong mọi hoàn cảnh, từ ly hương đến đoàn tụ, từ đau khổ đến hy vọng.

***Một Nghệ Sĩ Với Tâm Hồn Đa Chiều**

Không chỉ giới hạn trong văn học, Khánh Trường còn là một họa sĩ tài năng. Những bức tranh của ông thể hiện sự hòa quyện giữa cảm xúc mãnh liệt và tư duy sáng tạo, làm sống động thêm cái nhìn nghệ thuật đa chiều mà ông luôn theo đuổi. Ông đã chứng minh rằng một con người, với đam mê đủ lớn, có thể làm nên những kỳ tích trong cả hai lĩnh vực văn học và hội họa.

Lời Ghi Nhận Ơn Nghĩa Cuối Cùng

Dù từng đối mặt với không ít ý kiến trái chiều, cả sự khen ngợi lẫn phê phán, hay cả đến chống đối gay gắt … nhưng không ai có thể phủ nhận tài năng rất đặc biệt trong sự nổi bật về những đóng góp bền vững của Khánh Trường cho Văn Học Nghệ thuật. Ông đã tạo dựng và để lại một di sản tương đối có thể gọi là mang tính đồ sộ. Một nguồn cảm hứng bất tận cho tầng lớp cùng thế hệ, hy vọng có cả cho thế hệ chuyển tiếp, dù có phải trải qua công cuộc sàng lọc!!

Giờ đây, khi ông đã rời xa cõi tạm, chúng ta phải công tâm mà nói rằng: Những người có qua lại ân nghĩa với ông …là chỉ còn biết ghi nhận, tưởng nhớ và biết ơn những giá trị mà ông đã mang lại. Tên tuổi và tác phẩm của Khánh Trường sẽ là một phần của lịch sử văn học nghệ thuật Việt Nam, đặc biệt trong cộng đồng hải ngoại.

Tạp chí Văn Học Mới cùng toàn BBT … Xin gửi lời chia buồn sâu sắc đến gia đình ông và kể riêng những người yêu mến ông. Cầu mong ông An Nghỉ Nơi Cõi Vĩnh Hằng. Về di sản của ông sẽ tiếp tục được ghi dấu trong lòng những người yêu nghệ thuật đích thực!!

Tạp chí Văn Học Mới & Toàn BBT
Dec 28/ 24

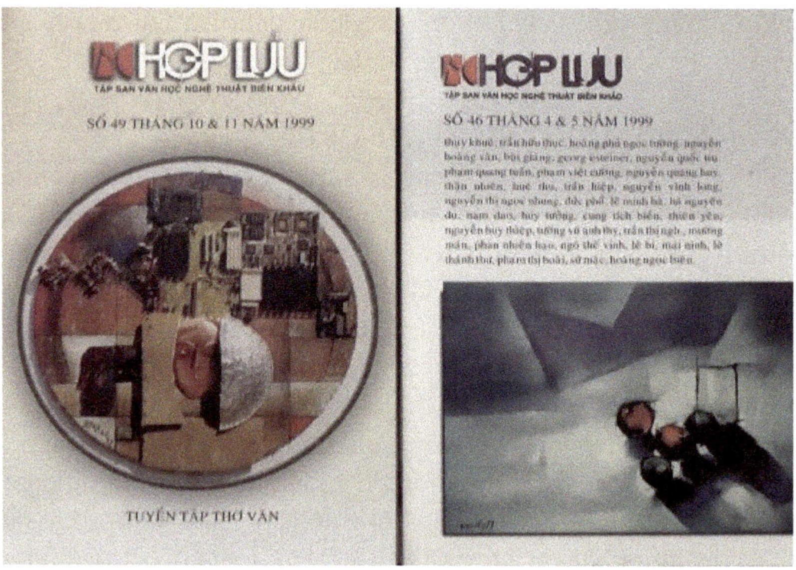

NGUYỄN KIẾN THIẾT
CÓ NÊN TIN TỬ VI BÓI TOÁN?

Thế giới vật chất luôn song song tồn tại cùng với tín ngưỡng và *thế giới tâm linh.* Mặc dầu không được xã hội công khai thừa nhận, nhưng cũng không ai phủ nhận sự tồn tại của thế giới tâm linh. Tất cả những sự việc được giải thích bằng tâm linh đều được coi là *Huyền học,* còn gọi là ***Khoa học huyền bí.*** Đó là một bộ môn nhằm lý giải những sự kiện không thể phán đoán bằng mắt thường mà phải dựa vào tâm linh, vào lực lượng huyền bí. *Huyền học x*uất phát từ Trung Hoa cổ đại nhằm giải thích cho học thuyết của Lão Tử, Trang Tử, đặc biệt là Chu Dịch. Trải qua hơn 5000 năm, bộ môn Huyền học đã thất truyền. Chỉ còn một số ít bộ môn được truyền lại đến ngày nay, chia làm Huyền học phương Đông và Huyền học phương Tây. Nhân tết Ất Tỵ (2025), chúng tôi muốn tản mạn về việc "Có Nên Tin Tử Vi Bói Toán" để hầu bạn đọc.

Từ xưa, và cho tới ngày nay, nghề Tử vi bói toán thịnh hành nhờ có người còn tin mù quáng vào miệng lưỡi (*miệng hùm **nọc rắn***) và cách tráo trở vào nghề bói toán. Thầy, bà bói toán gồm đủ hạng *thượng vàng hạ cám* hành nghề ở các đô thị lớn như Sài Gòn - Chợ Lớn: từ *thầy bói bình dân* (ở các vỉa hè, đình chùa, miếu mạo), rồi *thầy bói khách sạn* (hầu hết là người Tàu) "đóng đô" ở các khách sạn lớn: Đồng Khánh, Phượng Hoàng, Bát Đạt, Thiên Hồng, đến *thầy bói trí thức* chuyên phục vụ thân chủ có chọn lọc và các chánh khách. Rất nhiều thầy, bà (đếm không hết) đã ăn nên làm ra, có cuộc sống giàu sang phú quý nhờ cái *nghề lừa bịp nầy.* Xin tạm dẫn hai thầy bói trí thức là Khánh Sơn và Huỳnh Liên.

***Maitre Khánh Sơn:** Thầy tướng số nổi danh nhứt là "Maitre Khánh Sơn" mở văn phòng tại gia ở đường Yên Đổ, Sài Gòn, đã quảng cáo với hàng tít giựt gân: *"Nhà tướng số Việt Nam độc nhất được vinh dự hãng Vô tuyến truyền hình Hoa Kỳ tới quay phim và phỏng vấn về thời cuộc và báo Paris Match nói tới danh tiếng".* Chưa hết, "nhà tiên tri" nầy còn đánh bóng tên tuổi qua việc đã bốc quẻ đoán về số mạng của viên toàn quyền Đông Dương (Pierre Pasquier), Cựu hoàng Bảo Đại, Quốc vương Cao Miên và các tướng tá trong quân đội Việt Nam Cộng Hòa nữa (CÓ ĐỦ GIẤY TỜ BAN KHEN). Thời gian hành nghề hốt bạc của ông kéo dài rất lâu, từ sau khi tốt nghiệp trường Sư phạm Hà Nội (1940). Người ta đồn rằng ông đã sống cuộc đời của một Don Juan, của một công tử Bạc Liêu. Ông thầy nầy vốn hào hoa phong nhã, hái được nhiều tiền của. Dầu có vợ con đề huề nhưng vẫn quen thói trăng hoa, bay bướm khiến nhiều quý bà quý cô chết mê chết mệt. Có người còn muốn xách gói theo hầu để được *nâng khăn sửa túi* người mình tin phục. Đầu năm Nhâm Tý 1972 nhằm củng cố lòng tin của người dân trước những thất bại trên chiến trường thời "Mùa hè đỏ lửa", Tổng Thống Nguyễn Văn Thiệu đã chỉ thị cho đại tá Trần Văn Lâm, Giám đốc Việt Tấn Xã mời cả ba ông thầy Khánh Sơn, Huỳnh Liên và Minh Nguyệt lên Đài truyền hình để dự đoán về vận mạng quốc gia. Cả ba thầy đều nói tốt cho chế độ. Tuyệt nhiên không có thầy nào tiên đoán được biến cố 30/4/1975 để tháo chạy mà giữ lấy nghề, tránh bị đưa đi "học tập cải tạo". Về sau, thầy Khánh Sơn sống trong buồn khổ bởi cảnh vợ nọ con kia, gia đạo bất hòa, xào xáo. Thật đúng với câu tục ngữ: *"Một vợ nằm giường lèo, hai vợ nằm chèo queo, ba vợ ngủ chuồng heo!"...*

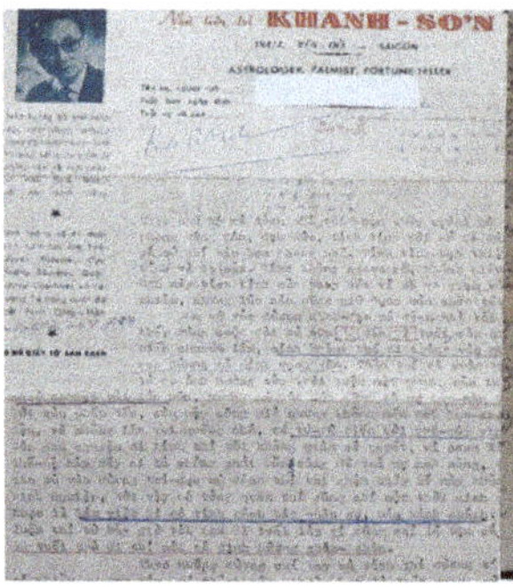

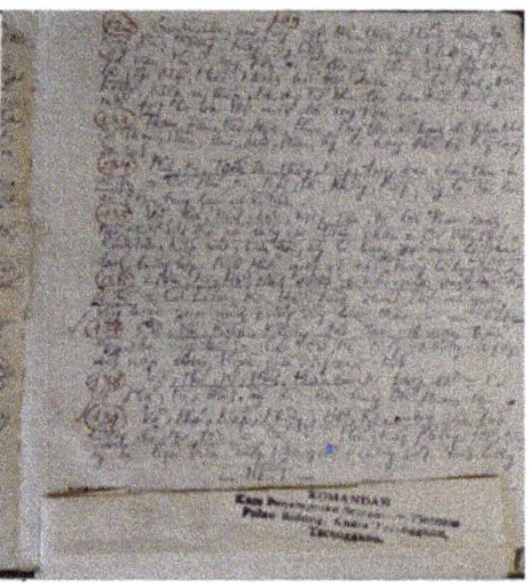

** Ảnh 1 (độc nhứt vô nhị): Luận đoán của nhà tiên tri Khánh Sơn cho một "thân chủ" năm 1968.*

** Ảnh 2: một trang "**139 Câu Thiệu Phú**" do tác giả cung cấp (chép tay năm 1980 tại Cần Thơ, mang tới Pulau Bidong, tháng 12 năm 1987)*

*__Chiêm tinh gia Huỳnh Liên__: Thầy tướng số, phong thủy nổi tiếng thứ hai (tính theo thứ tự thời gian xuất hiện) là chiêm tinh gia Huỳnh Liên (1914–1982), được nhiều người đương thời xưng tụng là "Quỷ Cốc tiên sinh", tác giả một số sách bói toán, ký Huỳnh Liên Tử, Ông đạt được đỉnh cao danh vọng lúc làm "quân sư quạt mo" cho Tổng Thống Nguyễn Văn Thiệu. Tiền vô như nước nhờ có cả hàng chục ngàn thân chủ, kể cả một số chánh khách. Có người kể rằng, khách hàng của thầy Huỳnh Liên phải sắp hàng dài mỗi ngày chờ tới phiên mình được thầy "chiếu cố". Nhiều "Thượng đế" phải lấy hẹn trước, có khi vài ba tháng! Làm ra nhiều tiền, ông mua hai ngôi nhà lớn: một ở đường Phan Thanh Giản (nay là Điện Biên Phủ, Quận I), một ở Lái Thiêu, Bình Dương. Chưa hết, thầy tướng số nầy còn cưới thêm một cô *vợ nhỏ* đào tơ mơn mởn để xây tổ uyên ương trong cảnh xế chiều của cuộc đời. Sau năm 1975, ông đã hứa trước chánh quyền và công luận rằng "*Từ nay tôi thôi không làm cái **nghề lừa bịp** bà con nữa*". Những ông, bà thầy khác cũng đã "thành thật khai báo" về thủ đoạn, mánh khóe lừa gạt người nhẹ dạ, mê tín của mình. Tháng 10 năm 1982, ông cùng *vợ bé* chuyển về ngôi nhà ở Lái Thiêu vui hưởng thú điền viên. Cuối năm ấy, ông bị sát hại bởi hai người giả làm thợ điện khi đến nhà sửa đường dây điện thoại, thọ 68 tuổi. Quả đúng là *"Thầy lo xem tướng cho người; Tướng thầy thì để cho ruồi nó bu"*. Chiêm tinh gia Huỳnh Liên mặc dầu "đoán trước" và "hóa giải" số mạng cho nhiều người nhưng không thể đoán được cái chết *bất đắc kỳ tử* của mình (bị xiết cổ chết trong đau đớn)! Có thể nói hầu hết các thầy, bà đều không thể đoán được vận mạng cho chính mình.

Hai thí dụ dẫn trên đã mặc nhiên công nhận Tử vi, bói toán (cũng như xem chỉ tay, bói bài, gieo quẻ, xem tướng mạo, xem chữ ký, phong thủy v.v...) thuộc phạm trù khoa học – *khoa học huyền bí* mà sách vở Đông cũng như Tây phương đều đề cập. Các thầy hành nghề tâm linh nầy đều là những "trí thức", có học hành, có nghiên cứu sách vở hẳn hoi. Có thầy còn ra nhiều đầu sách về Tử vi, bói toán. Nhờ trực giác và kinh nghiệm tích lũy, họ có thể "biết" và "đoán" những cái "ẩn" mà người khác không biết. Đối với những ai nhẹ dạ cả tin, nhứt là lâm vào cảnh đời bế tắc, tuyệt vọng thì những lời thầy "phán" (đúng hay sai) là liều thuốc xoa dịu nỗi đau, là chất men tinh thần để các thân chủ nầy có được niềm tin mà vui sống, chấp nhận số phận an bài. Thừa dịp nầy, các thầy tha hồ *đoán già ra non, bói ra ma quét nhà ra rác* để... hốt bạc! Họ vẫn biết "thiên cơ bất khả lộ" nhưng bất chấp dẫu rằng sẽ bị trừng phạt.

***

Vấn đề ở đây là bạn "**Có nên tin Tử vi bói toán**" hay không? Để trả lời câu hỏi nầy, đã có hai phe đối lập: Phe không tin và Phe tin tưởng vào Tử vi bói toán.

Phe không tin**: cho rằng Tử vi bói toán là một *nghề lừa bịp*, một nghề lợi dụng *mê tín dị đoan* để trục lợi, thậm chí là một nghề *buôn thần bán thánh*, một *nghề tà*. Bằng chứng là các thầy Khánh Sơn, Huỳnh Liên và vô số thầy, bà đã ăn nên làm ra, có cuộc sống giàu sang phú quý, vợ nọ con kia, tha hồ mà hưởng phước. Có tiền, có quyền, có thế nhờ các nguyên thủ quốc gia và đám chánh khách mị dân chống lưng nên các loại "thầy" nầy tha hồ tác họa tác phúc, thậm chí khuynh đảo cả vận mạng một quốc gia, một đảng phái và các lãnh tụ nữa. Đã có không ít lời mỉa mai chỉ trích những tiên đoán "ba phải", "nước đôi": "*Số cô không giàu thì nghèo; Ba mươi Tết có thịt treo trong nhà...*", thậm chí chửi thẳng vào mặt: "*Cọp mà vật mấy ông thầy địa* [địa lý]; *Yêu mà nhai mấy chú chọn ngày*". Có người còn dẫn câu nói của người xưa để nguyền rủa: "*Nhứt thế vi sư, tam thế hư*". Tạm dịch: Một đời làm thầy (thầy giáo, thầy bói, thầy Tử vi, phong thủy, thầy địa lý... mà không có lương tâm đạo đức) thì ba đời con cháu sẽ hư hoại. Phe không tin nầy còn dẫn hậu vận không mấy tốt đẹp (Khánh Sơn) và cái chết thê thảm (Huỳnh Liên) và vô số thầy, bà khác để bài bác nghề lừa bịp nầy. Người viết không biết các thầy nầy nhận "tiền quẻ" là bao nhiêu, luận đoán đúng hay sai. Theo một số liệu khoảng năm 1971-1972, các *thầy bói khách sạn* đã "ẵm" tiền quẻ khá lớn: "*Xem chỉ tay hoặc tài lộc trong thời hạn 2 năm, không xem xa hơn và lấy giá **5 ngàn**. Xem ngày tốt, xấu xuất hành, khai trương, làm ăn buôn bán lấy giá **10 ngàn**, xem tử vi giá **30 ngàn".

Nguồn:https://redsvn.net/chuyen-ve-nghe-thay-boi-o-sai-gon-truoc-1975/. Không biết thống kê nầy có "phóng đại" hay không. Nếu đem so với giá vàng thời bấy giờ khoảng 20 ngàn/một lượng thì các thầy tử vi "hốt" được **1 cây rưỡi vàng** cho một lá số. Vào khoảng năm 2000, các thầy Tử vi lấy "tiền quẻ" là 120 Mỹ kim ở Hoa Kỳ và 80 Gia kim ở Canada (Như vậy không có thầy bói nào "xem chùa", kể cả nhà chùa). Còn lương tháng trước năm 1975 của một Giáo sư Đệ Nhị cấp cộng phụ cấp vợ và 1 con chưa tới 10 ngàn đồng!* Trường hợp thầy Khánh Sơn đã dự đoán không chính xác cho một thân chủ. Tôi may mắn có trong tay bản luận đoán "độc nhứt vô nhị" dài hai trang đánh máy của nhà tiên tri Khánh Sơn (Saigon ngày 5-3-68) do người bạn thân cung cấp để "mách có chứng". Chẳng hạn về đường hôn nhân, thầy phán **sai**: "*Số này sẽ lấy vợ một cách ngẫu nhiên, những người mình định trước thì không thành (...), tuy vậy mà sau này cũng còn đa mang vợ nọ con kia, hay là đi ngang về tắt*". Còn một chi tiết **không đúng**: "*Theo đường chỉ tay mà đoán thì tôi nhận thấy số này... thế nào cũng được xuất ngoại trước năm 30 tuổi*". Nhà tiên tri ơi! Ông bạn của tôi kết luận ông tiên đoán **trật lất** mà nhận tiền quẻ khá hậu (nếu gặp cụ Vương Hồng Sển ghi đầy đủ chi tiết từng đồng từng cắc sẽ biết ngay). Trên thực tế, vợ chồng ông bạn tôi không phải cưới hỏi "một cách ngẫu nhiên" mà phải trải qua hai năm tìm hiểu, hẹn hò, đính ước. Đến nay trên 52 năm ngày cưới, vợ chồng ông giáo nầy vẫn sống hạnh phúc bên nhau, con cháu đề huề, làm gì có cảnh "vợ nọ con kia, hay là đi ngang về tắt" như ông thầy quen thói trăng hoa Khánh Sơn vậy? Càng không có chuyện ông bạn tôi "được xuất ngoại trước năm 30 tuổi". Bằng chứng là bạn tôi phải đợi tới năm 42 tuổi mới "được xuất ngoại" trong một chuyến hải hành đầy sóng gió! Nếu cả tin lời thầy phán mà liều mạng vượt biển "trước năm 30 tuổi" thì chưa biết số phận của bạn tôi sẽ ra sao?

***Phe tin tưởng:** cho rằng Tử vi bói toán là một bộ môn khoa học – *khoa học huyền bí*, nơi gặp gỡ của giới khoa học phương Đông và phương Tây. Hầu hết các thầy hành nghề nầy đều có kiến thức, có nghiên cứu sách vở trong *tinh thần khoa học* và đặc biệt phải có *lương tâm nghề nghiệp*. Chẳng hạn Tử vi là một bộ môn *Huyền học* nhằm nghiên cứu, phỏng đoán, luận giải về tánh cách, vận mạng của con người dựa trên căn bản Kinh Dịch, thuyết âm dương ngũ hành, can chi,... Ông tổ của ngành Tử vi là cụ Hi Di Trần Đoàn, thời nhà Tống lập ra khoa Tử vi với mục đích hướng thiện, khuyên răn người đời bớt tham lam. Người am hiểu Tử vi phải dựa vào khoa học tử vi để thiết lập *12 cung Hoàng đạo,* rồi *An sao* (108 vì sao), để ý *Mạng / Cục, Ngũ hành sanh / khắc*, đến tính *Tiểu vận, Đại vận,* xem *Tuần / Triệt* ở cung nào, Mạng có *vô chánh diệu* hay không, đặc biệt dựa vào những *Cách quý* (34 cách quý) và ứng dụng các câu *Phú Thiệu* (139 câu) để luận đoán tốt xấu, kiết hung, họa phước. Hành nghề *tiết lộ thiên cơ* nầy như con dao hai lưỡi: luận đoán **đúng** cũng lãnh hậu quả xấu; luận đoán **sai** (thiếu căn bản kiến thức, hám lợi) cũng bị trừng phạt. Như vậy những thầy hành nghề tâm linh nầy trước hết phải chấp nhận sự trừng phạt của đấng tối cao, phải học hỏi, nghiên cứu thấu đáo ngành nghề mình chọn (sai một ly đi một dặm) – nhứt là phải có *tâm đức,* nghĩa là hành nghề với mục đích hướng thiện, nhằm cảm hóa người đời. Nếu có chút đỉnh lợi lộc (*vật chất/tinh thần)* là phần thưởng khiêm tốn do thành quả *"lao động trí óc"* chân chánh mà thôi. Suy cho cùng nghề bói toán là một nghề tổn *âm đức* chẳng sai.

Như vậy, bạn có tin vào Tử vi bói toán hay không là quyền của các bạn. Nhưng *phải tìm thầy thật giỏi và có lương tâm để thử thời vận kẻo tiền mất tật mang.* Người viết bài nầy trước kia cũng tin tưởng vào khoa học huyền bí. Nhờ một duyên may, chúng tôi đã tìm được thầy giỏi và có lương tâm để thử thời vận. Nhưng không phải tin tưởng một cách mù quáng mà chỉ nhằm "kiểm chứng" những điều đã học. Số là trong khoảng thời gian dài chờ đợi "xuất cảnh" trong vô vọng, tôi đã nghiền ngẫm các loại sách về khoa *Tử vi đẩu số* cũng như thuật *Xem chỉ tay* để dự đoán vận mạng cho bản thân và gia đình. Học đi đôi với hành, nếu có ai yêu cầu, tôi đã thử lấy lá số Tử vi và xem chỉ tay (miễn phí) cho nhiều người trong các dịp quan hôn tang tế ở quê nhà cũng như mấy tháng ở quân trường. Đặc biệt vài "thân chủ" môn sinh ở Đại học Cần Thơ, một số đông thuyền nhân tại trại tị nạn Pulau Bidong và đồng nghiệp ở hãng điện tử Philips (Montréal). Đoán vận mạng cho ai, tôi cũng dùng chiêu thức "Đức năng thắng số" tùy trường hợp để "hóa giải". Ngoài việc chấm Tử vi cho các con, tôi còn "phối kiểm" qua một thầy Tử vi khá giỏi ở Cần Thơ**. Kết quả tương đối khả quan. Lá số của bốn đứa con trai tôi có mấy điểm trùng hợp: "Sống lâu; Được xuất ngoại; Lập nghiệp xa quê hương; Cha mẹ hưởng phước và sống thọ, v.v...". Về **Đường chỉ tay***** của tôi và các con, lại có sự trùng hợp: "Tất cả năm cha con đều có *Đường sinh đạo* (Ligne de vie) khá dài, tức sống lâu; đều có *Đường may mắn* (Ligne de chance), tức đường đời gặp khó khăn, nguy hiểm đều được "hóa giải", có quới nhơn phò trợ, tai qua nạn khỏi. Đó là lý do thôi thúc gia đình tôi dám liều mạng vượt biển tìm tự do, tìm sự sống trong ... cái chết!

Đến đây, vì cái bịnh "méo mó nghề nghiệp", người viết muốn dẫn chứng hai thí dụ cụ thể về **Đường chỉ tay** của hai nhân vật nổi tiếng: một là Thủ tướng Ấn Độ Narendra Modi (do nhìn lén lúc xem Ti-vi năm 2024); hai là GS Bửu Cầm (cũng do nhìn lén lúc Thầy giảng bài ở Đại học Văn Khoa Sài Gòn vào năm 1968). Cả hai nhân vật nầy đều có Đường sinh đạo và Đường may mắn thật dài và đậm nét chứng tỏ *phước dày, sống thọ.* Bằng chứng là ông Nerendra Modi (1950-?) đã được bầu làm Thủ tướng một quốc gia đông dân nhứt hành tinh liên tiếp ba nhiệm kỳ, từ tháng 5 năm 2014. Cho tới ngày nay ông đương kim Thủ tướng 74 tuổi nầy vẫn còn sống khỏe. Còn GS Bửu Cầm (1920-2010), không phải là một trí thức khoa bảng (tức không có *Học vị* cao), nhưng nhờ dày công tự học mà trở thành nhà nghiên cứu Hán Nôm hàng đầu, vị Thầy của nhiều thế hệ trí thức Việt Nam. Thầy đạt được đỉnh cao danh vọng khi được phong *Học hàm Giáo sư thực thụ* Viện Đại học Sài Gòn năm 1972. Thầy sống thọ tới 90 tuổi.

Tuy nhiên tôi cũng bị "nghiệp quật" nhiều lần vì cái tội tiết lộ thiên cơ (chưa chắc tôi biết rõ thiên cơ!).

-**Lần thứ nhứt:** Mặc dầu tôi không lấy một đồng "tiền quế" nhưng **ba lần** gặp tai nạn hiểm nghèo: vượt biển gặp bão lớn "thập tử nhứt sanh", rồi hai lần bị tai nạn giao thông trên đảo Mộng vào những năm 2009 và 2020. Nhưng không phải do lỗi của mình - xe bị "perte totale" mà người còn "survivant". Tôi đoán chắc lòng bàn tay trái của tôi có *Đường sinh đạo đôi* (Lignede vie double) nên mọi tai ách đều được hóa giải, tiền hung hậu kiết. Đường sinh đạo đôi nầy giống như "hai đạo phù thần" mà tôn sư đã ưu ái trao cho môn sinh Lục Vân Tiên làm hành trang lúc xuống núi đi thi, để "*Chẳng may mà gặp lúc nghèo; Xuống sông cũng vững, lên đèo cũng an*".

-**Lần thứ hai**: Tôi đã "can thiệp" vào hôn nhân của cháuT, con trai người bạn chí thân. Số là sau mấy tháng hương lửa mặn nồng, vợ chồng cháu T. sanh ra lục đục vì một lý do thật "ruồi bu". Hai bên thông gia thử hòa giải cũng không thành. Người bạn năn nỉ tôi "hóa giải" bằng cách chấm Lá số Tử vi của chúng. Dựa vào sách vở, tôi đã luận đoán rằng: Các cháu **kỵ** tuổi cha mẹ, phải **xa** cha mẹ trong một thời gian dài. Chừng nào con trai lớn của chúng đủ **18 tuổi** thì lá rụng sẽ về cội. Hai cháu muốn ăn đời ở kiếp **phải** ly thân ly dị, về sau mới có cuộc sống lứa đôi hạnh phúc, con cái để huề. Nếu không hoặc chồng/hoặc vợ sẽ bị tai nạn khủng khiếp, con cái sẽ trở nên "phá gia chi tử". Vì quá thương con cháu, ông bạn tôi tìm đủ mọi cách để chia uyên rẽ thúy mà trong dạ xốn xang. Chuyện phải đến, đã đến. Sau khi ly dị (thiệt mà giả), hai cháu sống trong cô đơn buồn tủi. Có lúc chúng oán trách cả cha mẹ. Chúng đoạn tuyệt tình thâm cốt nhục, không ngó ngàng tới cha mẹ, không hòa thuận với anh em. Chúng còn "vô minh" cho rằng: **Cha mẹ đã bỏ rơi chúng. Chúng chỉ mượn chỗ để đầu thai.** Vợ chồng ông bạn tôi cũng buồn khổ triền miên. Có lúc còn oán trách tôi đã "bói ra ma" nên mới ra nông nỗi. Tình bạn của chúng tôi đã bị rạn nứt. Đến nay đứa cháu nội của bạn tôi đã tròn 18 tuổi, nhưng vì "tự ái" chưa ai chịu hạ mình để "hóa giải". Tôi nghiệm ra rằng, trên đời vạn sự *tùy duyên,* nhân nào quả nấy nên đừng bao giờ can thiệp vào nhân quả, nghiệp báo của người khác. Cứ để vợ chồng cháu T gặm nhấm đủ mùi vị khổ đau, biết đâu chúng sẽ kính yêu cha mẹ, hòa thuận anh em nhiều hơn! Đến một ngày nào đó, chúng sẽ đến quỳ gối trước cha mẹ mà thưa rằng: "*Chúng con bất hiếu vô nghì, kính mong Ba Má tha thứ tất cả lỗi lầm của chúng con*". Như vậy thì ***Lành thay!***

Tóm lại, bạn không nên tin tuyệt đối vào Tử vi bói toán,

càng không dễ bị hù dọa, bị lường gạt bởi các thầy, bà vô lương tâm. Đừng để những ông/bà thầy bói quyết định đời mình. Tuy nhiên nếu tin tưởng thì phải tự học, tự nghiên cứu về các bộ môn khoa học huyền bí nầy. Có như vậy bạn mới tự làm thầy bói cho chính mình, mới kiểm chứng được những điều thầy "phán". Từ đó sẽ làm chủ *vận mạng* của mình. Bạn nên nhớ vận mạng của bạn nằm trong tay của bạn. Bạn phải làm chủ cuộc sống của bạn, không để cuộc sống làm chủ bạn.

Thiết tưởng cần tìm hiểu "Mạng/Mệnh" và "Vận mạng/Vận mệnh". Vậy "**mạng**" là gì? Mạnh Tử nói: "Mạc chi vi nhi vi giả, thiên dã; mạc chi trí nhi chí giả, mạng dã" (Mạnh Tử – Tận tâm thương). Tạm dịch: "Việc mình không có ý làm, mà thành, đó là do *ý Trời*. Việc gì mình không mong cầu mà tự nhiên tới, đó là do *mạng Trời* vậy". Mạng là tiên thiên, là "thiên định". Mạng là cái cố định không thể thay đổi. Còn "**Vận mạng**" là sự vận hành của "**mạng**", là vận trình khác nhau mà mạng biểu hiện ra. Mỗi người đều có *vận mạng* của mình. Vận mạng mỗi người không ai giống ai, ngay cả các cặp sanh đôi. Chúng ta có thể thay đổi vận mạng tốt/xấu của mình qua quá trình tu tập, hành thiện tích phước, bởi lẽ "Xưa nay nhân định thắng thiên cũng nhiều". Như vậy xem Tử vi bói toán là để bản thân hiểu thêm về chính mình, biết đường hoạ phước mà áp dụng để hỗ trợ bản thân.

Phật giáo không tin bói toán mà tin vào *Luật nhân quả*, còn gọi là *Luật Nghiệp*, tức Karma, một từ tiếng Phạn liên quan đến hành động (nguyên nhân) và kết quả. Tất cả hành động, lời nói, ý nghĩ của mỗi người (Nhân) đều tạo ra *nghiệp* (Quả). Nghiệp có *nghiệp lành, nghiệp dữ,* có *biệt nghiệp* (nghiệp riêng mỗi người) và *cộng nghiệp* (nghiệp chung của nhiều người). Bạn phải tìm hiểu về *nghiệp* để xoay chuyển vận mạng của mình. Trong Kinh A Hàm, Đức Phật có dạy: "*Dục tri tiền thế **nhân**, đương kim **thọ** giả thị. Yếu tri lai thế **quả**, kim sanh **tác** giả thị*". Tạm dịch: Muốn biết nhân đời trước, xem thọ nhận đời nầy. Muốn biết quả đời sau, xem tạo tác đời nầy. Cuộc sống của bạn có hạnh phúc hay đau khổ hôm nay (kiếp nầy) chỉ là do sự phản ảnh quá khứ (tiền kiếp) của bạn. **Bạn không thể thoát khỏi quá khứ, mà có thể thay đổi tương lai bằng cách tu tập, hành thiện, không ngừng**

tạo nghiệp lành và lánh xa nghiệp dữ. Một khi nghiệp dữ được hóa giải tiêu trừ thì nghiệp lành sẽ đến. Quan niệm "Đức năng thắng số", "Nhân định thắng thiên", vận mạng con người có thể thay đổi trong khoa bói toán phải chăng chịu ảnh hưởng triết lý về nghiệp của nhà Phật. Các bạn nghĩ sao?

Nguyễn Kiến Thiết
Montréal, Canada – Tết Ất Tỵ 2025

*Xem Nguyễn Kiến Thiết: *Những Trang Văn Đời Tôi*. nxb Văn Học Mới, Hoa Kỳ, 2021, tr.62.

** Muốn lấy Lá số tử vi, phải hội đủ **bốn** yếu tố: giờ, ngày, tháng và năm sanh.

***Đường chỉ tay** của mỗi người có thể thay đổi từ 1 năm trở lên. Nó có thể **dài hơn** (không bị ngắn lại). Tùy theo *phước đức* mà mỗi đường có bị các vạch nhỏ cắt ngang hay không.

Danh ngôn

Hạnh phúc thay cho người được sinh ra và dạy dỗ, không sống vì ý chí của người khác, có áo giáp là những suy nghĩ trung thực và sự thật, kỹ năng tối thượng của anh ta.

How happy is he born and taught; that serves not another's will, whose armor is his honest thought and truth, his utmost skill.

Henry Wotton

Để có thể viết về cuộc đời, đầu tiên bạn phải sống nó đã.
In order to write about life first you must live it.
Ernest Hemingway

(1899 - 1961) Tiểu thuyết gia, nhà văn truyện ngắn, nhà báo người Mỹ, đạt giải Pulitzer năm 1953 và giải Nobel Văn học năm 1954

HOÀNG XUÂN SƠN

TUỔI SÓNG VÀNG

Chìm nghỉm ngàn lau bạc
Ta bơi qua đại dương
Mơ hồ níu cọng tóc
Gió bắc băng lạc đường

Có khi mô đại lục
Run rẩy như người yêu
Đừng sợ. cửa đã khép
Cho tâm an mỹ miều

Em vẽ chùm vô ưu
Vì sao đời bạc nhược
Không lý giải oán cừu
Ý xanh mềm như nước

Và biển đắp tòa sen*
Trải huyện tình bát ngát
Nơi phố dung dăng đèn
Mầu nhiên đăng cổ phật

Bóng ngà xuôi về nam
Đón trăng hồn áo mới
Ngọc lan thơm hồ cầm
Tuổi óng vàng như sợi

)(
h o à n g x u â n s ơ n
10 dec 24
*ý, nguyễn lương vị

HOÀNG XUÂN SƠN
PHƯƠNG NAM

[thư. và những tấm bạn]

Phía nam luôn đậm đà thức mới
Sống dễ chịu với cảm thức nồng
Những mặt bằng luôn luôn sinh thái
Đưa đón nhau về cuộc trầm luân

Vòng tay bạn sóng sánh như rượu
Dòng rót chảy tràn huyết dụ thơm
Em cứ sắm chiều nay môi đỏ
Và khảm xanh những nụ hoa cồn

Một lần ta bay đi tiếng hát
Rớt ở đâu một nốt lặng trầm
Đời bỗng vui hơn khi tìm lại
Rung ngân gầy nương một vết chim

Nên thức chìm trong xứ lạnh lẽo
Nhớ. và viết khi lao xao người
Tiếng vọng không phải từ đại vực
Từ mơ hồ bồng bế cuộc vui

Ngồi lại bất kỳ ở đâu đó
Nhã nam ấm dần lên cung đường
Trong tích tắc giọt chữ và nghĩa
Thấm đậm vào vị ngọt tà dương

)(

h o à n g x u â n s ơ n
9 giờ sáng 10 tháng 12
[năm hai mươi bốn]

PHẠM QUỐC BẢO

Đáp thư bạn

Gửi Trần Thiện Hiệp

"Đọc thơ thấy bạn thảnh thơi
Nào là ở ẩn - võng khơi hiên nhà
Nào là rượu tiễn tà tà
Nào là sáng dậy - chung trà thanh tân

Trong khi ta vẫn xà quần
Với bao nhiêu thứ lần khân mệt nhoài...
Sống đời đã vốn hiểu đời:
Mỗi người mỗi phận - nào ai giống mình!

Nên ta cứ thế - mần thinh
cho qua kiếp nạn, trọn tình nghĩa nhân

Chúc cho bạn cứ an nhiên
Còn ta lấn bấn chút phiền nữa thôi
Thế rồi cũng chót phận người
Thế rồi cũng thoảng gió ngoài hiên xưa."

PHẠM QUỐC BẢO

NGÃ PHƯƠNG HUYỀN

Định nghĩa về thơ từ nhiều nguồn khác nhau, được lưu truyền qua các thế kỷ:

Dưới đây là tập hợp một số định nghĩa về thơ từ nhiều nguồn khác nhau, được lưu truyền qua các thế kỷ:

1/ Aristotle (Aristót): Thơ là một hình thức nghệ thuật thể hiện cảm xúc và suy nghĩ của con người qua ngôn từ, nhấn mạnh sự sáng tạo và cảm xúc hơn là sự phản ánh thực tế đơn thuần.

2/ William Wordsworth: Thơ là "những cảm xúc tinh tế được giữ lại từ một trạng thái tâm trí nào đó,» và nó được viết ra để tạo ra sự rung động mạnh mẽ trong tâm hồn người đọc.

3/ John Keats: Thơ là "một cái đẹp vĩnh cửu," có khả năng thể hiện cái đẹp và cái sự thật trong cuộc sống một cách hoàn mỹ và sâu sắc.

4/ Robert Frost: Thơ là "câu nói mà chúng ta không thể nói ra trong cuộc sống hàng ngày," là những suy tư và cảm xúc được diễn đạt qua hình thức đặc biệt.

5/ Ezra Pound: Thơ là "ngôn ngữ tinh khiết nhất, được thể hiện bằng những từ ngữ gọn gàng và chính xác nhất," nhằm mang lại một trải nghiệm cảm xúc sâu sắc.

6/ Rainer Maria Rilke: Thơ là một "cuộc trò chuyện nội tâm giữa tác giả và chính mình," nơi cảm xúc và suy nghĩ được diễn tả một cách chân thực và sâu sắc.

7/ Paul Valéry: Thơ là "sự kết hợp của âm thanh, nhịp điệu, và hình ảnh," tạo nên một tác phẩm nghệ thuật với khả năng gợi mở nhiều tầng ý nghĩa.

8/ T.S. Eliot: Thơ là một sự kết hợp giữa cảm xúc cá nhân và yếu tố văn hóa, nơi ngôn từ không chỉ phản ánh mà còn làm mới và làm sâu sắc thêm kinh nghiệm của con người.

9/ Sylvia Plath: Thơ là "những cảm xúc có thể nói thành lời," với khả năng chuyển tải sâu sắc những cảm giác và trải nghiệm nội tâm.

10/ Octavio Paz: Thơ là một "hình thức ngôn ngữ nghệ thuật," nơi ngôn từ được dùng để khám phá và diễn đạt những khía cạnh sâu xa của sự tồn tại và cảm xúc con người.

Những định nghĩa này cho thấy thơ không chỉ là một hình thức nghệ thuật mà còn là phương tiện để diễn đạt cảm xúc, suy nghĩ và cái đẹp trong cuộc sống, với khả năng chạm đến những tầng sâu của tâm hồn người đọc.

Dưới đây là thêm một số định nghĩa về thơ từ các nhà thơ, học giả, và triết gia:

11/ Emily Dickinson: Thơ là "một dạng của sự rung động sâu sắc," nơi cảm xúc và tư tưởng được diễn đạt qua hình thức ngắn gọn và mạnh mẽ.

12/ Langston Hughes: Thơ là "sự lên tiếng của những người bị áp bức," là phương tiện để thể hiện tiếng nói và trải nghiệm của các cộng đồng bị thiệt thòi.

13/ Gerard Manley Hopkins: Thơ là "sự ghi lại của âm thanh và hình ảnh," phản ánh sự phức tạp và sự phong phú của thế giới tự nhiên và tâm hồn con người.

14/ Hermann Hesse: Thơ là "một phương tiện để đạt đến sự tự nhận thức và tự hiểu biết," nơi cảm xúc và suy nghĩ được thể hiện qua hình thức sáng tạo và nghệ thuật.

15/ Jacques Derrida: Thơ là "sự chơi chữ," nơi ngôn ngữ không chỉ đơn thuần truyền đạt ý nghĩa mà còn khám phá những cấu trúc ngầm ẩn và những khả năng vô hạn của ngôn từ.

16/ W.H. Auden: Thơ là "sự ghi lại của thời gian và cảm xúc," là hình thức nghệ thuật giúp con người hiểu và đối diện với những biến động và cảm xúc trong cuộc sống.

17/ Ralph Waldo Emerson: Thơ là "sự thể hiện của trí tưởng tượng và tâm linh," là cách mà con người kết nối với các khía cạnh sâu xa và cao cả của sự tồn tại.

18/ Robert Lowell: Thơ là "một cách để tìm hiểu và giải quyết những xung đột nội tâm,» là phương tiện để khám phá và thể hiện những trải nghiệm cá nhân phức tạp.

19/ Ted Hughes: Thơ là "một ngôn ngữ của sức mạnh và sự mãnh liệt," nơi ngôn từ được sử dụng để thể hiện những khía cạnh mạnh mẽ và nguyên thủy của con người và tự nhiên.

20/ Yehuda Amichai: Thơ là "sự kết nối giữa cá nhân và xã hội," là cách mà cá nhân phản ánh và tương tác với các sự kiện và mối quan hệ xã hội qua ngôn ngữ.

21/ Rainer Maria Rilke: Thơ là "hình thức của sự khám phá và bộc lộ những điều chưa được nói ra," nơi ngôn ngữ trở thành phương tiện để tìm hiểu và thể hiện những điều sâu sắc và bí ẩn.

22/ Andrei Tarkovsky: Thơ là "một cái nhìn vào những cái đẹp vô hình," là cách mà ngôn từ giúp con người khám phá và nhận thức những khía cạnh không thể nhìn thấy bằng mắt thường.

23/ Paul Celan: Thơ là "sự phản chiếu của những cơn bão nội tâm,» là phương tiện để thể hiện những cảm xúc sâu sắc và những trải nghiệm cá nhân đầy xung đột.

24/ Anna Akhmatova: Thơ là "sự ghi lại của những khoảnh khắc vô giá của cuộc sống," là hình thức nghệ thuật giúp lưu giữ và phản ánh những cảm xúc và trải nghiệm quan trọng.

Những định nghĩa này mở rộng hiểu biết về thơ, thể hiện sự đa dạng và phong phú của cách mà thơ có thể được cảm nhận và diễn giải trong các bối cảnh khác nhau.

NGÃ PHƯƠNG HUYỀN
Sương Phiêu Bồng Trên Lá

Sương phiêu bồng trên lá
Anh nghe gió ru hời
Nắng hôn bườm ngựa chiến
Phi nước đại về ngôi

Hồn thơ đan niệm chữ
In sắc Xuân rạng ngời
Em là em muôn thuở
Yêu giáp vòng luân hồi

Sương phiêu bồng vũ lộng,
Lá cong mình khua chiêng
Anh nghe gió phiêu hốt
Ru vầng trăng say duyên

Nắng không hoài hôn nhẹ
Vụt bừng lên lửa hồng
Ngựa chiến hóa vầng dương
Xé toang và xoay mòng

Hồn thơ dệt mộng mơ
Lụa chữ bay mê hồn
Hương sắc xua hoàng hôn
Xuân vươn tràn vô cùng

Em – sóng tình bất tận
Cho đêm thăng hoa ngày
Ta yêu muôn vạn kiếp
Quay mãi vòng cuồng say

NGÃ PHƯƠNG HUYỀN

NGÔ NGUYÊN NGHIỄM

CHIÊM BAO NGỒI DẠO MA CẦM VỚI TIÊN SINH VƯƠNG BỘT

Ngẩn ngơ đứng vớt ráng chiều rơi
Ồ, trong ánh sáng đẩy âm sắc
Động rền tia sét giật ngang mày
Điên đảo trường canh ma bẳn bặt

Sắt cầm long lóc tiếng rồng ngâm
Đàn lên dây khéo như người khóc
Trăm năm thân thế bóng dương tà
Ngàn năm lời hạc gởi trăng mọc.

Khác gì tầm tã mưa qua sông
Ly rượu ấm lòng chưa khách quái?
Mịt mờ sương khói chẳng xuôi dòng
Đò ngang im đậu buồn một mái!

Không gian quến đặc dề lục bình
Ta nở hồn mình trong tím ngắt
Sông dài. Sông dài. Bóng lung linh.
Và tim hóa đá rít cơn bấc.

Le te lời dế hát say mèm
Đêm ngất tận cùng quanh khói thuốc
Đốt cạn chiêm bao tìm người quen
Nhung y trước gió run bần bật

Sá gì một tiếng côn trùng rơi
Thiên thu là mấy với cơn sốt
Nên hương xử nữ còn liêu trai
Đầy đọa dị hình tim bạch lạp…

Đầy đọa dị hình tâm huyết không?
Lá khô vừa rụng vừa run rẩy
Trái khô vừa rụng vừa xoay xoay
Cố nhân mà thấy buồn biết mấy.

Ta cũng là người, đời trên vai
Đau đáu một hồn nhân thế mỏi
Đau đáu một mùa hoàng cúc bay
Cho sơn thủy hực vàng tiếng nói.

Vầng trăng trăm nẻo lạnh lùng theo
Chia hai song cửa đèn chong lối
Long lanh giếng ngọc một hạt bèo
(Một hạt vô tình con nước nổi)

Độc huyền ai oán chảy trên tay
Lữ khách tràn môi âm sắc cổ
Động lòng trong bóng tối hôm nay
Hề, tiếng rồng ngâm bên rượu vỡ…

NGÔ NGUYÊN NGHIỄM

TRẦN VĂN TÍCH
Long thành cầm giả ca 2

(tiếp theo và hết)

Long thành cầm giả ca

Nếu Lý Bạch của Trung hoa vì gốc gác doanh nhân thương gia mà viết bài Trường can hành mô tả cảnh đời một người vợ nhà buôn bên sông Dương tử thì Nguyễn Du của Việt nam vì liên hệ với môi trường ca nhạc mà làm bài ca về người đào hát đất Thăng long.

Bài ca trường thiên có phần Tiểu dẫn nằm ngoài văn bản, tương tự như bài Tỳ bà hành của Bạch Cư Dị. Tiểu dẫn thuyết minh cho thi phẩm đi sau nó về hoàn cảnh ra đời của sáng tác, đồng thời trình bày diễn biến cốt truyện sẽ được tường thuật, xoay quanh hai lần gặp gỡ giữa tác giả và nhân vật, cách nhau khoảng hai mươi năm.

Xuôi chảy cùng mạch văn tự sự, bài Long thành cầm giả ca gồm tất cả năm mươi dòng, ba trăm sáu mươi hai chữ hoặc ba trăm sáu mươi mốt chữ tùy theo văn bản. Như vậy độ dài của nó xem như trung bình, không dài bằng bài Tỳ bà hành chẳng hạn mà chính tác giả bên kia rặng Ngũ lĩnh đã đếm và cho biết gồm sáu trăm mười hai chữ. Về nội dung, Long thành cầm giả ca có thể chia làm bốn đoạn chính(4) dựa vào ý tình ký thác và diễn biến cốt truyện, mỗi đoạn hợp một hoặc nhiều vần riêng, mỗi đoạn có số câu riêng và mỗi câu có thể có số chữ riêng. Về văn thể – hay hình thức – có thể chia thi phẩm thành mười khổ thơ thống nhất với nhau về vần nhịp, cú pháp, ngữ điệu; vớùi một khoảng nghỉ dài sau mỗi khổ :

khổ 1 : dòng 1 – dòng 6 khổ 6 : dòng 31 – dòng 36
khổ 2 : dòng 7 – dòng 18 khổ 7 : dòng 37 – dòng 40
khổ 3 : dòng 19 – dòng 22 khổ 8 : dòng 41 – dòng 44
khổ 4 : dòng 23 – dòng 26 khổ 9 : dòng 45 – dòng 48
khổ 5 : dòng 27 – dòng 30 khổ 10 : dòng 49 + dòng 50

Tuy các khổ thơ có số lượng dòng thơ khác nhau nhưng trong nhiều khổ, chỉ có một vần và chỉ có một thể, mà thường là thể thất ngôn tứ cú. Thi ca tiền nhân Việt nam vốn thiện dụng khổ thơ bốn câu.

Tuy nhiên vì thơ chữ hán Nguyễn Du chưa hề được khắc in mà chỉ là tài liệu sao đi chép lại nhiều lần nên vẫn còn mắc một số sai sót, dẫu rằng các nhà sưu tập, chú thích, phiên dịch, sắp xếp đã cố gắng rất nhiều trong việc chỉnh lý nguyên tác. Về khía cạnh văn bản học, bài Long thành cầm giả ca cũng không thoát khỏi tai ương đó. Chẳng hạn, chỉ cần so sánh các ấn bản Lê Thước-Trương Chính, Quách Tấn, Nguyễn Đức Hiền và Chi Điền với ấn bản Lãng Nhân là đã thấy có một số dị biệt, tuy rằng chẳng đến nỗi lớn lao.(5) Trước hết, bản Lãng Nhân không gọi là Long thành cầm giả ca mà gọi là Cầm giả dẫn và dịch là Chuyện cô Cầm. Chi tiết này rất đáng để ý. Vì như đã trình bày ở phần Thể tài ca hành, Vương Chước đời Tống từng chỉ rõ rằng Nhạc phủ qui tụ cả ca lẫn dao, cả ngâm lẫn dẫn, cả hành lẫn khúc. Nói cách khác, dẫn là một thi loại rất gần gụi với ca. Thái Ung chẳng hạn đã từng sáng tác bài Tư quy dẫn còn Tào Thực thì có bài Không thốc dẫn. Hoặc như Quách Mậu Thiện đan cử trong Nhạc phủ thi tập các bài Phanh lịch dẫn, Không hầu dẫn. Vậy thì chính bản thân Nguyễn Du đã gọi bài viết của mình về người ca kỹ đất Thăng long là dẫn hay ca? Thứ nữa, bản Lãng Nhân – bản này không trình bày phần Tiểu dẫn của Nguyễn Du mà chỉ có một đoạn Tiểu dẫn ngắn do Lãng Nhân chấp bút - có những dị biệt về dụng ngữ so với bản Lê Thước-Trương Chính và/hoặc bản Quách Tấn. Sau đây là những khác biệt đó :

- câu 2 : Bất ký danh tự thay vì Tính thị bất ký thanh;
- câu 3 : Độc thiện huyền cầm thay vì Độc thiện Nguyễn cầm.
- câu 7 : Dư tại thiếu niên tằng nhất kiến thay vì Dư ức thiếu thời tằng nhất kiến.
- câu 9 : Thử thời tam thất chính phương niên thay vì Kỳ thời tam thất chính phương niên.
- câu 10 : Xuân phong yểm ánh đào hoa diện thay vì Hồng trang yểm ái đào hoa diện.

- câu 13 : Hoãn như lương phong độ tùng lâm thay vì Hoãn như sơ phong độ tùng lâm.
- câu 14 : Thanh như chích hạc minh tại âm thay vì Thanh như song hạc minh tại âm.
- câu 20 : Triệt dạ truy hoan bất tri hiểu thay vì Triệt dạ truy hoan bất tri bão.
- câu 23 : Hào hoa ý khí lăng công hầu thay vì Hào hoa ý khí lăng vương hầu.
- câu 24 : Ngũ lăng niên thiếu bất túc đạo thay vì Ngũ lăng thiếu niên bất túc đạo.
- câu 26 : Hoán thủ Tràng an vô giá bảo thay vì Hoạt tố Trường an vô giá bảo.
- câu 31 : Tuyên phủ sứ quân vị dư trùng mãi tiếu thay vì Tuyên phủ sứ quân vị dư trụng mãi tiếu.
- câu 36 : Thùy tri tiện thị đương niên thành trung đệ nhất điệu thay vì Thùy tri tựu thị đương thời thành trung đệ nhất điệu.
- câu 40 : Giám hồ hồ biên tằng kiến chi thay vì Giám hồ tịch trung tằng kiến chi.
- câu 42 : Kỷ độ tang điền biến thương hải thay vì Kỷ xứ tang điền biến thương hải.
- câu 43 : Tây sơn cơ nghiệp nhất đán tận tiêu vong thay vì Tây sơn cơ nghiệp tận tiêu vong.
- câu 44 : Ca vũ không lưu nhất nhân tại thay vì Ca vũ không di nhất nhân tại.
- câu 45 : Thuấn tức bách niên tằng kỷ thì thay vì Thuấn tức bách niên năng kỷ thì.

Ở câu thơ thứ 10, bản Lê Thước-Trương Chính ghi chữ ái bộ nhật. Chữ này rất ít khi đứng riêng lẻ mà thường hiện diện trong một từ ghép như ái ái, ái muội, yểm ái, chúng là những tính từ với hàm nghĩa tối tăm, mờ mịt, mơ hồ. Như vậy câu trong bản Lãng Nhân dùng chữ ánh cũng bộ nhật với ngữ nghĩa "mảng ánh sáng có màu sắc" thì có phần hợp nghĩa hơn. Câu 43 của bản Lãng Nhân với chín chữ so với cùng câu của bản Lê Thước-Trương Chính chỉ có bảy chữ mang nhiều dáng dấp thể ca, thể hành, thể dẫn hơn vì câu dài ngắn không đều là một trong những đặc tính của các thể tài này (tạp ngôn thi). Vả lại câu chín chữ (câu 43) nằm chen vào giữa ba câu bảy chữ (câu 41, 42 và 44) thì mới lập lại được tính đồng dạng của hai khổ thơ thất ngôn tứ cú phá thể vì ở khổ thơ ngay trước đó, thi hào vận dụng kết cấu câu chín chữ (câu 39) nằm giữa ba câu bảy chữ (câu 37, 38 và 40). Chúng ta có thể đối chiếu hai khổ :

Khổ trước :
Cựu khúc thanh thanh ám lệ thùy,
Nhĩ trung tĩnh thính tâm trung bi.
Mãnh nhiên ức khởi nhị thập niên tiền sự,
Giám hồ tịch trung tằng kiến chi.

Khổ sau :
Thành quách suy di nhân sự cải,
Kỷ xứ tang điền biến thương hải.
Tây sơn cơ nghiệp nhất đán tận tiêu vong,
Ca vũ không di nhất nhân tại.
(Tất nhiên đây dầu sao cũng chỉ là ước đoán).
Nguyên tác phiên âm Hán Việt
(bản Lê Thước-Trương Chính có chỉnh lý, thay một chữ và thêm hai chữ)
1 Long thành giai nhân,
Tính thị bất ký thanh.
Độc thiện Nguyễn cầm,
Cử thành chi nhân dĩ Cầm danh.
Học đắc tiền triều cung trung Cung phụng khúc,
6 Tự thị thiên thượng nhân gian đệ nhất thanh.
7 Dư ức thiếu thời tằng nhất kiến,
Giám hồ hồ biên dạ khai yến.
Kỳ thời tam thất chính phương niên,
Hồng trang yểm ánh đào hoa diện.
Đà nhan hám thái tối nghi nhân,
Lịch loạn ngũ thanh tùy thủ biến.
Hoãn như sơ phong độ tùng lâm,
Thanh như song hạc minh tại âm.

Liệt như Tiến phúc bi đầu toái tích lịch,
Ai như Trang Tích bệnh trung vi Việt ngâm.
Thính giả mỹ mỹ bất tri quyện,
Tiện thị Trung hoà đại nội âm.
Tây sơn chư thần mãn toạ tận khuynh đảo,
Triệt dạ truy hoan bất tri bão.
Tả phao hữu trịch tranh triền đầu,
Nê thổ kim tiền thù thảo thảo.
Hào hoa ý khí lăng vương hầu,
Ngũ lăng thiếu niên bất túc đạo.
Tính tương tam thập lục cung xuân,
26 Hoạt tố Trường an vô giá bảo.
27 Thử tịch hồi đầu nhị thập niên,
Tây sơn bại hậu dư nam thiên.
Chỉ xích Long thành bất phục kiến,
Hà huống thành trung ca vũ diên.
Tuyên phủ sứ quân vị dư trụng mãi tiếu,
Tịch trung ca kỹ giai niên thiếu.
Tịch mạt nhất nhân phát bán hoa,
Nhan sấu thần khô hình lược tiểu,
Lang tạ tàn mi bất sức trang,
Thùy tri tựu thị đương thời thành trung đệ nhất điệu.
Cựu khúc thanh thanh ám lệ thùy,
Nhĩ trung tĩnh thính tâm trung bi.
Mãnh nhiên ức khởi nhị thập niên tiền sự,
Giám hồ tịch trung tằng kiến chi.
Thành quách suy di nhân sự cải,
Kỷ xứ tang điền biến thương hải.
Tây sơn cơ nghiệp nhất đán tận tiêu vong,
44 Ca vũ không di nhất nhân tại.
45. Thuấn tức bách niên năng kỷ thì,
Thương tâm vãng sự lệ triêm y.
Nam hà qui lai đầu tận bạch,
Quái để giai nhân nhan sắc suy.
Song nhãn trừng trừng không tưởng tượng,
50.Khả liên đối diện bất tương tri.

Dịch nghĩa
1 Người đẹp đất Long thành,
Không nghe gọi tên họ,
Riêng thạo đàn Nguyễn,
Người trong thành bèn lấy chữ Cầm mà đặt tên.
Nàng học khúc Cung phụng trong cung từ triều trước,
6 Được xem như tiếng đàn hay nhất dưới đất trên trời.
7 Tôi nhớ hồi trẻ đã từng gặp một lần,
Bên hồ Giám trong một cuộc dạ yến.
Lúc đó nàng khoảng hai mươi mốt tuổi.
Áo hồng ánh lên mặt hoa đào,
Má hừng rượu, vẻ ngây thơ, rất dễ thương,
Năm cung réo rắt theo ngón tay mà thay đổi điệu.
Tiếng khoan như gió thoảng qua rừng thông,
Tiếng trong như đôi hạc kêu trên cao thẳm.
Tiếng mạnh như sét đánh tan bia Tiến phúc,
Tiếng buồn như Trang Tích lúc ốm ngâm rên tiếng Việt.
Người nghe say sưa không biết mệt,
Đó là những khúc nhạc trong đại nội Trung hoà.
Các quan Tây sơn trong tiệc rượu đều điên đảo,
Mảng vui suốt đêm không biết chán.
Phía tả phía hữu tranh nhau gieo thưởng,
Tiền bạc coi rẻ như đất bùn.
Vẻ hào hoa át cả các bậc vương hầu,
Còn đám thiếu niên đất Ngũ lăng thì không đáng kể.
Tưởng chừng ba mươi sáu cung xuân,
26 Chung đúc thành một vật báu vô giá đất Trường an.
27. Nhớ lại từ bữa tiệc ấy đến nay đã hai mươi năm,
Sau khi Tây sơn bại vong, tôi vào Nam.
Long thành trong gang tấc không được thấy lại.
Huống hồ tiệc múa hát ở trong thành!
Quan Tuyên phủ vì tôi mà bày nên cuộc vui,
Trong tiệïc các nàng ca kỹ đều trẻ tuổi.
Duy ở cuối chiếu có một nàng tóc đã hoa râm,
Mặt gầy, thần khô, thân hình bé nhỏ.

Đôi mày phờ phạc không điểm tô,
Ai biết đó là người trước kia nổi danh tài hoa nhất thành?
Khúc xưa đàn lên từng tiếng mà nước mắt tôi thầm rơi.
Tai lắng nghe mà lòng chua xót.
Bỗng nhớ lại chuyện hai mươi năm trước,
Từng thấy nàng trong chiếu tiệc bên hồ Giám.
Thành quách đổi dời, việc người cũng khác,
Bao nương dâu đã biến thành biển xanh.
Cơ nghiệp Tây sơn không ngờ tiêu tan đâu cả,
44 Mà chỉ còn sót lại một người trong làng ca múa.
45 Trăm năm thấm thoắt có là bao,
Cảm thương việc cũ, nước mắt thấm áo.
Tôi từ Nam trở về, đầu bạc trắng hết,
Không trách nhan sắc người đẹp suy tàn.
Hai mắt trừng trừng luống tưởng chuyện cũ,

50.Thương nhau gặp mặt mà chẳng nhận ra nhau!

Đoạn thứ nhất, từ dòng 1 đến dòng 6; 6 dòng, 38 chữ; vần thanh, danh, thanh. Giới thiệu nhân vật văn học. Đây là một nhân vật có thực ngoài đời, không phải là nguyên mẫu văn chương, càng không phải là hư cấu sáng tạo. Nhà thơ cũng là người trần thuật, nhưng không công khai xuất hiện; từ vựng thi ca nặng phần chỉ sự. Mang hình thức kể chuyện nên tác phẩm sử dụng ngôn ngữ ở ngôi thứ ba (Long thành giai nhân, nhân gian đệ nhất thanh), nhằm nói về nhân vật một cách linh hoạt. Nhân vật và cốt truyện là hai thành tố thiết yếu trong cấu trúc nghệ thuật của tác phẩm tự sự. Tố Như, qua sáu câu thơ, phác thảo cho chúng ta một phương diện tính cách của nhân vật : tài ba của nàng trong lĩnh vực âm nhạc, sau khi ghi chép cho chúng ta – như trong một hồ sơ toà án hay trong một bệnh án y khoa – tên gọi của nàng. Tuy nhiên vì chỉ là và vốn là tác phẩm văn học chứ không phải là tài liệu luật học, khoa học nên chi tiết lý lịch nhân vật được khắc hoạ gần như mơ hồ : nàng tên là gì không ai biết, cũng chẳng rõ họ là gì, chỉ gọi là cô Cầm vì giỏi đàn cầm (Cử thành chi nhân dĩ Cầm danh). Nhưng chính chi tiết này tỏ rõ thêm khía cạnh làu thông cung đàn tiếng hát của người nghệ sĩ.

Đoạn thứ hai, từ dòng 7 đến dòng 26; 20 dòng, 146 chữ; ba lần hoán vận : kiến, yến, diện, biến; lâm, âm, ngâm, âm; đảo, bão, thảo, đạo, bảo. Cuộc gặp gỡ lần thứ nhất giữa thi nhân và ca kỹ, ngón đàn tuyệt kỹ của người nữ nghệ sĩ, cử toạ của buổi trình tấu, sắc tài của nhân vật. Ngôn ngữ vẫn là của người trần thuật, nhưng nhà thơ chính thức và trực tiếp đóng vai người kể chuyện qua đại danh từ ngôi thứ nhất (Dư ức thiếu thời...) để hồi tưởng lại quá khứ, đào sâu vào ký ức, tái hiện lại dĩ vãng. Mà ký ức là thi ca, souvenir est poésie, Ernest Renan từng bảo thế. Cả nhân vật trần thuật lẫn nhân vật văn học đều còn rất trẻ. Nếu người đẹp mới hai mươi mốt thì người thơ cũng chưa đến ba mươi; cả hai đang ở vào lứa tuổi đẹp nhất của cuộc đời. Rồi chữ nghĩa được vận dụng để mô tả âm thanh, thi ca gánh vác vai trò ghi lại nhạc khúc. Về hình thức, ngữ đoạn mang dáng dấp thể ký bằng thơ, nó qui tụ được cả hai yếu tố sự thật của đời sống và giá trị của nghệ thuật. Sự thật của đời sống ở những nét chắt lọc tự nó đã mang giá trị thẩm mỹ : Nguyễn Du lựa chọn hình thức thi nhạc giao duyên để truyền lại cho chúng ta những tiếng tơ đồng giàu nghệ thuật tính. Từ tư liệu thật của đời sống là lần hạnh ngộ và dịp thưởng âm cách đây hai mươi năm, nhà thơ tổ chức lại, sắp xếp lại theo mục đích mỹ học thi ca. Một mặt thi nhân sáng tạo tôn trọng tính xác thực của đối tượng miêu tả [tuổi tác (tam thất chính phương niên), ngoại hình, y phục, diện mạo, nhan sắc, phong thái (đào hoa diện, tối nghi nhân, tùy thủ biến)]; mặt khác, nhạc sĩ thẩm âm quan tâm biểu hiện nghệ thuật cung thương của đối tượng miêu tả. Trong khung thời gian vật lý, Tố Như đã gặp cô Cầm vào một thời điểm nhất định. Qua khung thời gian tâm tưởng, cô Cầm tái hồi Tố Như trong một đoạn thơ hồi ức. Những bản nhạc Nguyễn Du ghi trong Long thành cầm giả ca đã lùi sâu vào quá khứ, thời gian đã trôi qua và người trong cuộc chỉ còn lưu trữ trên chất xám đại não những đường nét chính của cung đàn nốt nhạc. Cho nên Nguyễn Du chắc hẳn phải huy động vốn liếng kiến thức phong phú của mình về nhạc học, đồng thời không nhiều thì ít, cũng phải vận dụng năng lực tưởng tượng và cả ước đoán để bổ sung vào những điểm khiếm khuyết thuộc ký vãng. Thiên ký sự bằng thơ tiếp tục, nhưng tác nhân vật đối tượng rút lui, khung thời gian và khung không gian diễn biến sự kiện được mô tả, quan khách tham dự buổi sinh hoạt nghệ thuật xuất hiện. Khắc hoạ lại cảnh thưởng ngoạn lời ca điệu hát của các quan chức Tây sơn, Nguyễn Du dàn trải trên những dòng thơ một loại điển hình xã hội tiêu biểu : giới ăn chơi hưởng thụ. Ngoài ra, thông qua thái độ ngưỡng mộ của khán thính giả, nhà thơ gián tiếp mô tả tài sắc ca nhi. Cung cách này tương tự như trong sử thi Iliade của cổ Hy lạp, dựa vào kỹ thuật mô tả thái độ kinh ngạc của các vị trưởng lão, cũng như những lời đối thoại xầm xì giữa họ với nhau để miêu tả nhan sắc tuyệt thế của Hélène. Phần chót của đoạn thơ này là khúc thất ngôn tứ tuyệt thứ nhất trong toàn bài (từ câu 23 đến câu 26). Ngôn ngữ trần thuật lại được vận dụng nhưng qua những lời thơ lâng lâng nhẹ, tha thiết quyến luyến với kỷ niệm quá khứ. Chân dung giai nhân tái hiện do những liên tưởng trữ tình mềm mại và thi vị, vừa có hình ảnh linh hoạt vừa có ý tình kín đáo. Nhà thơ không mô tả cô Cầm như bất kỳ một cô gái nào khác, đó là cô Cầm của Nguyễn Du, và của Nguyễn Du thời trai trẻ. Điển tích Ngũ lăng thiếu niên ở câu 24 khiến liên hội đến Tỳ bà hành với một tác dụng hô ứng cùng câu 21 :

Ngũ lăng niên thiếu tranh triền đầu,
Nhất khúc hồng tiêu bất tri số.
(Những chàng trai trẻ miền Ngũ lăng tranh nhau cho tiền thưởng,
Một khúc đàn được thưởng không biết bao nhiêu tấm lụa hồng) và nói lên tấc lòng ái mộ nồng nhiệt của công chúng.

Thủ pháp ký thuật ở đoạn này ghi nhận sự việc, tường thuật sự kiện đã trải qua : narration ultérieure; cho nên về văn phạm, thi bá sử dụng các thì của lịch sử : đơn thuần quá khứ, bán khứ, đại quá khứ (thiếu thời, tằng, kỳ thời).

Đoạn thứ ba, từ dòng 27 đến dòng 44; 18 dòng, 136 chữ; bốn lần chuyển vận : niên, thiên, diên; tiếu, thiếu, tiểu, điệu; thùy, bi, chi; cải, hải, tại. Cuộc gặp gỡ lần thứ hai giữa thi sĩ và ca kỹ. Cốt truyện được khai triển, nhân vật được khắc hoạ theo hiện thực qua một hệ thống chi tiết nghệ thuật phong phú đa dạng bao gồm chi tiết sự kiện (tuyên phủ sứ quân vị dư trung mãi tiếu), chi tiết ngoại hình (phát bán hoa, nhan sấu thần khô hình lược tiểu, lang tạ tàn mi bất sức trang), chi tiết tính cách (thành trung đệ nhất điệu), chi tiết nội thất (Giám hồ tịch trung), chi tiết ngoại cảnh (thành quách suy di nhân sự cải, kỷ xứ tang điền biến thương hải); và cả chi tiết liên tưởng, tưởng tượng, so sánh, suy luận (ca vũ không di nhất nhân tại). Long thành cầm giả ca tường thuật một cốt truyện đơn tuyến, hệ thống sự kiện được thi hào phác hoạ gọn gàng và đơn giản về số lượng, nhằm tập trung thể hiện quá trình phát triển tính cách của nhân vật độc nhất; hay nói đúng hơn, nhằm qui chiếu vào một giai đoạn trong cuộc đời của một nhân vật, từ lúc hai mươi mốt tuổi đến lúc tái ngộ nhà thơ sau hai thập niên. Cốt truyện chỉ có dung lượng nhỏ : người nữ ca sĩ ngày xưa bây giờ lại xuất hiện với dung nhan tàn tạ, với sắc diện tiều tuỵ, với mái tóc không còn màu xanh. Xung đột xã hội – vương quyền thay ngôi, đất nước đổi chủ – khúc xạ qua các xung đột nhân cách : người cũ xơ xác, nhà thơ đau khổ. Nhưng vượt lên những biến thiên dữ dội về chính trị và những đổi thay thảm thương về nhân thế đó, có một hình tượng văn chương tồn tại không lay chuyển, không biến cải : tiếng hát cung đàn. Tiếng hát cung đàn vượt lên thời gian, thách thức năm tháng. Và chính nhờ tiếng hát tiếng đàn mà Nguyễn Du nhận ra cố nhân. Đây là một chi tiết trần thuật chỉ sự rất khoa học và trung thực : các giọng ca còn lại, còn mãi, tồn tại, kiên trì. Chi tiết nghệ thuật này mang giá trị tạo hình và phản ảnh, tải bản chất biểu hiện và trữ tình. Nó có khả năng "nói" nhiều hơn bản thân nó. Tố Như không nhấn mạnh nó, không tô đậm nó nhưng nó góp phần cấu tứ với tác giả. Nhân vật văn chương và tác giả trần thuật sống những cảnh ngộ khác nhau, nhưng những cảnh ngộ đó là chất liệu phát triển cốt truyện. Người con gái tài hoa ngày nào có lẽ đã trải qua bao cảnh nếu không đoạn trường thì cũng quẫn bách. Người thanh niên trí thức hồi trước cũng thăng trầm theo vận nước nổi trôi. Những ngày hạnh phúc của cả hai thật là ngắn ngủi. Bị bao vây giữa muôn ngàn thế lực đen tối, cộc đời nhị thập niên của cả hai chắc chắn đã là một chuỗi dài những khổ đau khổ ải. Cái phút giây Nguyễn Du nhận ra tiếng hát xưa cũ là điểm đỉnh của Long thành cầm giả ca. Đó là khoảnh khắc đau xót nhất của cuộc đời ca kỹ mà cũng là thời điểm cay đắng nhất của tâm trạng Nguyễn Du. Nguyễn Du đã sắp xếp các đặc điểm tạo thành tính cách cô Cầm để chúng phát triển theo trình tự tăng tiến chuyển đến bi kịch. Thủ pháp ký thuật ở đoạn này ghi nhận diễn biến đồng thời : narration simultanée; thi hào sử dụng độc thoại nội tâm (ám lệ thùy, tâm trung bi) còn về văn phạm thì vận dụng các thì cũng như các đại danh từ của luận thuyết tức là thì hiện tại, thì bất định quá khứ (tịch trung, trùng mãi tiếu, thử tịch hồi đầu, Tây sơn bại hậu, đương thời). Chữ thùy mở đầu dòng thơ 36 :

Thùy tri tựu thị đương thời thành trung đệ nhất điệu

cùng với chữ kỷ trong dòng thơ 42 :

Kỷ xứ tang điền biến thương hải

là những tính từ nghi vấn. Chúng tạo lập nên một không khí thi ca ngờ vực, khắc khoải, lưỡng lự; chúng bố trí thành một trạng thái tâm thần chán chường, ngã lòng, thiếu hay mất hy vọng.

Trôi chảy theo dòng truyện kể, phần chót của đoạn thứ ba này hé cho ta bút pháp Nguyễn Du sử dụng thể tài bút ký qua thi ca. Không sử dụng hư cấu nhằm phản ảnh hiện thực, thi hào ghi lại hình ảnh những con người thực và quá trình những sự việc thực mà mình đã quan sát, kinh qua cùng với những cảm nghĩ của mình nhằm thể hiện tư tưởng của thi phẩm. Có sự va chạm mạnh mẽ giữa tính cách và hoàn cảnh, giữa cá nhân và môi trường. Giá trị nhận thức cao của bài ca khiến người đọc bồi hồi xúc động. Nguyễn Du đến với cô Cầm mà cũng đến với chúng ta qua các yếu tố liên tưởng trữ tình : cơ nghiệp Tây sơn nhất đán hoàn toàn tiêu vong, chỉ còn sót lại một mảnh đời trong làng ca múa. Rõ ràng thi nhân muốn chúng ta chia sẻ cái nhìn độc đáo trong sáng tác, chứ thực ra thì cô Cầm và Tây sơn trong thực tế đâu có liên hệ chặt chẽ với nhau. Cái nét phong cách riêng tây này ở Tố Như thể hiện không phải chỉ trong bài Long thành cầm giả ca mà còn ở những thành quả trí tuệ khác lấy đề tài phụ nữ; nó sử dụng một hệ thống bút pháp nghệ thuật phù hợp với cách cảm nhận cá biệt của nhà thơ.

Đoạn chót, từ dòng 45 đến dòng 50; 6 dòng, 42 chữ; vần

thi, y, suy, tri. Suy tư của thi nhân về thế sự nhân tình. Tiếp theo ngay đỉnh điểm, Nguyễn Du trình bày cái nhìn triết lý nhằm mở nút cho cốt truyện về cô Cầm bằng cách đưa ra nhận thức về tình trạng cuối cùng của xung đột giữa thời gian và đời người, giữa ngoại giới và cơ thể. Nỗi đau buồn trước sinh mệnh của con người quá ngắn ngủi, trước cuộc sống của con người quá nhiều đổi thay bất trắc vốn là đề tài rất quen thuộc của thi ca chữ hán, vốn thiên về âm hưởng bi thương. Đó chẳng những là sự cảm thụ trong cuộc sống của người đương thời, mà còn do tình cảm đau thương gây xúc động. Kết thúc bài thơ không xoá bỏ xung đột giữa thời gian và sinh mệnh nhưng xác định tính cách và số phần của cả nhân vật trần thuật lẫn nhân vật đối tượng, một người thì đầu tận bạch, một kẻ thì nhan sắc suy; để đến nỗi đối diện bất tương tri. Sáng tác của thi sĩ đi từ cảm xúc đến suy nghĩ, hồn thơ khởi từ những rung động trực tiếp để chuyển vào chiều sâu tư duy. Có sự kết hợp nguyên khối giữa cảm xúc và suy tưởng cho nên tuy bài ca kết thúc bằng triết lý nhưng không phải là thứ triết lý khô khan, bàng quan. Chất triết lý ở đây là triết lý từ cuộc sống của ca sĩ và tác giả với những tình cảm cụ thể và những hình ảnh sinh động. Ngôn ngữ người trần thuật được cấu tạo bằng tưởng tượng, mô tả và cảm xúc; nó pha lẫn thật với thơ, đời với mộng, Wahrheit với Dichtung.

Đau đớn thay phận đàn bà,
Kiếp sinh ra thế, biết là tại đâu! (6)

Tội nghiệp cho phận đàn bà. Và cũng tội nghiệp cho Nguyễn Du. Nhà thơ thành thật không biết là tại đâu mà phụ nữ lại đặc biệt khổ sở, lại hay gặp số phận oan khiên. Vào mùa xuân năm Quí Dậu đó, khi bái mệnh sang sứ Trung quốc để có dịp phụng sứ thời tác như chính thi bá ghi trong phần Tiểu dẫn bài Long thành cầm giả ca, cô Cầm chỉ mới chừng bốn mươi tuổi và Tố Như thì chỉ mới hơn bốn mươi lăm. Thế mà sao cả hai cùng quá già. Tình trạng lão hoá của nhị vị không phải chỉ ở khía cạnh tâm lý, nhị vị còn lão hoá cả về khía cạnh sinh học. Làm sao mà đến nỗi một thiếu phụ còn tráng niên mà dung mạo thì nhan sấu thần khô, diện hắc, sắc như quỉ, trong khi áo quần thì tịnh thô bố; theo như phần Tiểu dẫn mô tả! Làm sao mà đến nỗi một nam tử trung niên mà đã đầu tận bạch (không những chỉ bạch, mà còn tận bạch)! Thời đại của chúng ta không dễ gì tìm ra cảnh đó!ù

Nam giới viết về phụ nữ là một hiện tượng phổ biến trong văn học chữ hán chữ nôm, nhất là khi thể tài Nhạc phủ được vận dụng. Tiếng nói của phụ nữ được lời thơ phái nam thay mặt nhằm trình bày tấc nôi phái đẹp từ thế đứng nữ nhi. Nhưng cũng có khi nam thi nhân là đại biểu cho nữ nhân vật. Đây là trường hợp Long thành cầm giả ca. Trong đội ngũ những khúc ngâm Cung oán, những bài thơ Khuê oán, bản trường ca của Nguyễn Du phần nào nữ tính hoá. Một vị đường quan chánh sứ cúi xuống nhìn một nàng ca nữ hết duyên, và nhìn với một thái độ rõ ràng là kính phục :

Hào hoa ý khí lăng vương hầu,
Ngũ lăng thiếu niên bất túc đạo.

Toàn bộ bài ca đầy thi vị ai oán cảm thương. Đọc bài ca mà cứ nhớ đến bài hành. Bài hành ở bên kia rặng Ngũ lĩnh, bài hành viết về người đào hát bên bến Tầm dương. Cả hai cùng kết hợp cảnh sống tự thân và thể nghiệm của thi nhân. Cả hai cùng mượn tiếng đàn và thân thế của tì bà nữ trên sông và nguyễn cầm giả trong thành nhằm gởi vào đó nỗi lòng của nhà thơ sau khi biếm trích hay sau khi phiêu bạc. Để rồi dẫn đến tiếng lòng chung :

Đồng thị thiên nhai luân lạc nhân,
Tương phùng hà tất tằng tương thức.
Cùng một lứa bên trời lận đận,
Gặp gỡ nhau, lọ sẵn quen nhau.

Con đường quan lớn đi hướng rất sâu vào đời sống cay cực của con nhà kẻ khó. Bài ca nhà thơ viết vì vậy càng dằng dặc ý tứ, càng đậm đà tình thương, càng rộng mở nhân cách, càng ngang dọc kích thước.

(1) William H.Nienhauser, Jr. cho rằng ca hành (songs) chỉ khác với Nhạc phủ (yüeh-fu) ở điểm "(...)the former tending to adopt the personae of various yüeh-fu "types", the latter tending to be the poet speaking in his own voice." (The Indiana Companion to Traditional Chinese Literature. Indiana University Press. Bloomington. 1986. :549 [mục từ Li Po (Lý Bạch)]. Nhận định này cũng có thể áp dụng cho Long thành cầm giả ca.08:09/-strong/-heart:>:o:-((:-h Xem trước khi gửiThả Files vào đây để xem lại trước khi gửi

(2) Hành thư là một cách viết chữ hán. Đặc điểm cơ bản của chữ hành là nét bút lông đi nhanh, nét cong nhiều hơn thẳng. Lối chữ hành là lối chữ thực dụng, trong khi lối chữ thảo chẳng hạn là lối chữ nghệ thuật.

(3) Ching-hsien Wang. "The Nature of Narrative in T'ang Poetry", in The Vitality of the Lyric Voice : Shih Poetry from the Late Han to the T'ang. Ed. Lin and Owen. Princeton University Press. Princeton. 1986. :229.

(4) Vì ca và/hoặc hành thường hoán vận ở giữa bài nên một trong những cách phân đoạn tác phẩm là dựa vào những câu thơ được đổi vần. Chẳng hạn bài Trường can hành (kỳ nhất) của Lý Bạch có thể chia làm bốn đoạn : đoạn đầu chỉ có hai câu thơ hạ vần ngạch, kịch; đoạn hai dài nhất, từ câu thơ thứ ba đến câu thơ thứ hai mươi với các vần lai, mai, sai, khai, hồi, hôi, đài, đôi, ai, đài; đoạn ba từ câu thơ thứ hai mươi mốt đến câu thơ thứ hai mươi sáu với vần tảo, tảo, thảo, lão; đoạn bốn và cũng là đoạn chót là một tứ tuyệt ngũ ngôn hạ vần Ba, gia, sa. Áp vận trong bài này không khắt khe nghiêm cách mà sử dụng cả vận bộ (như Ba, gia, sa) lẫn thông vận (như sai, khai, hồi, hôi, đài, đôi). Nguyên tắc ăn vần này cũng được Nguyễn Du ứng dụng trong Long thành cầm giả ca. (Có thể xem nguyên tác bài Trường can hành trong Trần Trọng San. Lý Bạch, Đỗ Phủ, Bạch Cư Dị. Bắc Đẩu xuất bản. Canada. 1994. :61-64)

(5) Thơ chữ hán Nguyễn Du. In lần thứ hai. Lê Thước, Trương Chính sưu tầm, chú thích, phiên dịch, sắp xếp cùng một số cộng tác viên. Nhà Xuất bản Văn học. Hà nội. 1978. 468 trang.

Tố Như thi trích dịch. Bản dịch Quách Tấn. An Tiêm xuất bản. Paris. 1995. 260 trang.

Cổ thi nhàn dịch. Tập I và II. Nguyễn Đức Hiển. Dư Chỉ Hiên. 1994. :450-459.

Nguyễn Du. Thơ chữ hán. Chi Điền Hoàng Duy Từ. Quyển I, Quyển II. California. 1986. 272 trang và 268 trang. Hai tài liệu sau này không có phần khảo luận, xác minh văn bản mà chỉ sử dụng văn bản của Thơ chữ hán Nguyễn Du, Lê Thước-Trương Chính, với tất cả những sai sót, lỗi lầm của ấn bản này; đôi khi còn thêm những sai lầm mới.

Cổ văn tinh tuyển. Hán văn tinh túy. Lãng Nhân. Nhà Xuất bản TP HCM in lại. 1992. :305-317.

(6) Nguyễn Du. Văn tế thập loại chúng sinh. Hoàng Xuân Hãn chú thích hiệu đính. An Tiêm xuất bản. Paris. 1995. :50, câu 115-116.

TRẦN VĂN TÍCH
09.02.04

ĐỨC PHỔ
LỜI ĐẦU NĂM GỞI NGƯỜI CỐ XỨ

Sáng nay người nhắn ta về thăm
hết tết rồi nhưng vẫn còn xuân.
Xác pháo dẫu phai từ gió bụi
tình làng vẫn thắm nghĩa đông lân.

Từ dạo nồm reo ngang đồng nội
đường quê lấp lánh nụ ai cười.
Ta dạo về thăm tình mở hội
chung lòng nuôi dưỡng mạch nguồn vui.

Cứ tưởng ra đi là quên tất
đâu ngờ nỗi nhớ lại đầy thêm.
Xứ người không én bay quay quắt
vẫn cuộn lòng lên nỗi nhớ nhà.

Ta như con nước chia đôi hướng
miệt mài trôi chẳng thiết dốc, triền…
Những vấp ngã giữa đời đâu sá
những tình oan trái cũng nguôi, quên…

Bên ấy mưa xuân chừng có kịp
em về áo mới ướt đêm không?
Để hoa trong mắt còn tươi mãi
ánh hồng rực sáng trên quê hương…

ĐỨC PHỔ

ĐỨC PHỔ
XUÂN MUỘN

Ơi em
ngày đã qua rằm
ơn trời
cho nụ tơ tằm đơm hoa.

hẹn thề
trải mấy can qua
thương xuân trổ muộn
mùa xa biệt mùa.

ơn đời
còn tiếng dạ thưa
ơn em
dành chút tình thua thiệt tình.

mai ngày cưới mộng về dinh
mời em cạn chén nhục vinh kiếp người.

anh về
sắm chiếc gương soi
mình chung đôi
với bóng đời xế tan…

ĐỨC PHỔ

SAN PHI
MONG MANH KIẾP NGƯỜI

Hôm nay đất trời bỗng kéo mây
Cuồng phong bão dữ réo bên tai
Trời cao vừa trút dòng thương tiếc
Kéo theo xác lá rụng rơi đầy

Lặng người, môi mím, môi cắn chặt
Giọt hồng rơi đẫm chiếc khăn tang
Giọt ngược vào trong, chùn khoé mắt
Giọt điếng đau lạc giữa cõi trần

Thốn nghẹn buồng tim như thắt vặn
Phải làm sao ngăn lá lìa cành?
Hồ như phút cuối đời chiếc bóng
Chỉ cách từ làn khói mong manh

Văng vẳng tiếng chuông giục liên hồi
Như tiếng lòng tôi khóc chơi vơi
Trời ơi, ai nói cho tôi biết
Ấy! chỉ là mơ, là mơ thôi

Nhưng không, bàn tay đã tuột rời
Ba đi thật rồi, bỏ lại tôi
Xác hoa cúc rải choàng chuỗi hạt
Khăn trắng, áo tang, giã từ đời

Bàng hoàng, mưa dột, côi cút đứng
Trời còn chưa thức, vội ngày qua
Phía trước thênh thang, con đường vắng
Bước nhỏ, gập ghềnh, lần tìm Ba.

Và kể từ đây, kể từ đây
Đâu còn ai nhắc chuyện ngày mai
Tiếng gọi “Ba ơi” đành chôn lấp

Cuốn trôi theo làn khói hương cay

Và kể từ đây, kể từ đây
Mâm cơm thiếu vắng đôi bàn tay
Giây phút tử sinh trong gang tấc
Lấy hết cả trời thương yêu này

Lấy đi tất cả trong tầm mắt
Thấu thị làm sao chỗ Ba nằm
Cửa trời đã đóng, trần gian cách
Kẻ vạch đường chia rẽ dương âm

Chiếc chăn mỏng mềm bông tuyết trắng
Sương tròn trên má, mộng còn vương
Canh khuya được ủ từ tay ấm
Lệ tuôn nhìn Ba đứng cạnh giường

Kìa Ba nhẹ nhàng phủi tàn tro
Nỗi nhớ chưa tròn đã lần mơ
Ba còn trở lại bao lần nữa
Hái đêm trong lạnh lẽo mơ hồ

Đêm nay và nhiều đêm tôi đợi
Chiếc chăn bông tuyết đặt cạnh giường
Gió luồn rét mướt, làn khói mỏng
Đến tàn hương thao thức cạn đêm

Từ lần cuồng phong u ám mây
Bão lòng cùng khóc với cỏ cây
Cũng từ lần đó Ba đi mãi
Đất lạnh huyệt sâu tang tóc thay

Tôi thét cùng sao, khóc cùng trăng
Cầu trời khấn Phật nghe bước chân
Mỗi bước nguyện xin Ba yên giấc
Quên kiếp nhân sinh, giũ bụi trần.

San Phi - 10.5.24.02.0

SAN PHI
Mừng Sinh Nhật Anh

Anh có biết, trước khi anh đến
Nắng chiều vàng đương dần dần rơi
Chim đơn thân gầy quên buồn hót
Cuộc sống em buồn đến vô cùng

Anh có biết ngày anh xuất hiện
Vạn cánh hoa nở gọi mùa yêu
Nghe thoại ngôn tình người và biển
Nghe như cỏ hoa biết cười nhiều

Phải chăng người thơ rong như nắng
Như gió kia mềm tợ như mây
Phải chăng người đến từ cổ tích
Để mù sương hứa hẹn từng ngày

Tên anh sáng khắc để sử sách
Vạn hình biến hóa đẹp thi ca
Người dẫn đầu từ lần kẻ vạch
Bước hiên ngang giữa cõi ta bà

Anh xa mà gần trong thầm lặng
Như người thầy đáng kính, người anh
Rồi tất miền cầu tương dĩ vãng
Sẽ trọn vẹn hơn bước đồng hành

Ngày vũ trụ nhỏ, tuổi lớn thêm
Một ngày đặc biệt nhất trong năm
Ngày anh xuất hiện cùng nhân thế
Để chờ em lớn cho em hành

SAN PHI
Ngày 31 tháng 12n năm 2024
Ps: S n a, a t q g c e ?

HÀ NGUYÊN DU

Lời Bạt: *"HOA RƠI TỈNH THỨC"*

Do Nữ Sĩ san Phi thực hiện...

Là sự tập hợp của 6 Tác Giả …

Sáng tác Thơ Văn với nội dung có cùng dòng cảm xúc, hàm chứa Tư Tưởng Nhà Phật, nhằm mục đích trao tặng hay cống hiến cho những nhà tu hành theo đạo Phật.

Vì vậy, chúng tôi xin trích những bài thơ theo đúng với chủ đề kể trên. Điều rất lý thú là trong 164 trang của tập thơ, người chủ trương thực hiện, đã sáng tác một trong những bài thơ với nội hàm sâu lắng và súc tích… Qua bao dòng thơ tiêu biểu, khác chi những cơn sóng truyền tải thông điệp của lòng từ bi và nhân ái, tạo nên một ấn tượng cần được ghi nhận. Như bài thơ "***Hoa Rơi Tỉnh Thức***"của Nhà Thơ Nữ San Phi, dưới đây: (Xin trích)

Hoa Rơi Tỉnh Thức

Gió vừa lay nhẹ nhành hoa
Vô tình in bóng nước sa mặt hồ
Tựa như ai đến hững hờ
Sợi đôi cánh giới thiền tơ tưởng lần

Ngỡ rằng gió thoảng hoa buông
Thời gian thường quán niệm không ngại gì
Sợi tơ đi đến lại đi
Ai người hiểu thấu duyên tùy nhẹ bong

Từ tâm khởi tiêu tâm không
Mỗi giây phút đến từ trong khắc hình
Hoa rơi tỉnh thức đã *in*
Gió vô tình thổi hoa xinh đã *tường*

San Phi

27.01.20.23.30

Bài thơ **Hoa Rơi Tỉnh Thức c**ủa *Nữ sĩ San Phi* là một tác phẩm giàu tính triết lý, chứa đựng những ý nghĩa sâu sắc về giáo lý nhà Phật và tư tưởng giác ngộ. Để hiểu rõ hơn ý nghĩa bài thơ và phân tích các tầng ý nghĩa của nó, chúng ta có thể đi qua từng khổ thơ, từng câu từ.

Phân tích bài thơ:

Khổ 1:

Gió vừa lay nhẹ nhành hoa
Vô tình in bóng nước sa mặt hồ
Tựa như ai đến hững hờ
Sợi đôi *cánh giới thiền tơ* tưởng *lần*

Câu thơ mở đầu bằng hình ảnh "gió lay nhành hoa", một biểu tượng của sự biến đổi trong vô thường. *Hoa rơi, gió lay là những hình ảnh rất phổ biến trong Phật giáo, thể hiện sự mong manh của kiếp người và sự chuyển hóa liên tục trong* đời *sống.*

Câu "***vô tình in bóng nước sa mặt hồ***" phản ánh nguyên lý **..."vô ngã"** *(không có bản ngã riêng biệt).* Mọi hiện tượng đến và đi một cách tự nhiên, không mang ý chí hay mục đích cố định.

Từ "***tơ tưởng lần***" mang hơi thở thiền định. Nó nói về sự buông bỏ vọng tưởng, sự thanh tịnh trong tâm trí, đồng thời nhấn mạnh tính chất nhất thời của tất cả những gì tâm sinh khởi.

Khổ 2:

Ngỡ rằng gió thoảng hoa buông

Thời gian thường quán niệm không ngại gì

Sợi tơ đi đến lại đi

Ai người hiểu thấu duyên tùy nhẹ bong

Ở đây, Nhà thơ tiếp tục dùng hình ảnh ***"gió thoảng"*** và ***"hoa buông"*** để nhấn mạnh *khái niệm vô thường*. Trong Phật giáo, ***quán niệm*** (mindfulness) được đề cập như cách để nhận ra bản chất của thời gian và sự không cố định của thực tại.

Câu "*Ai người hiểu thấu duyên tùy nhẹ bong*" gợi nhắc về ***duyên khởi*** (pratītyasamutpāda). Mọi sự việc xảy ra đều *tùy thuộc vào nhân duyên*, nhưng lại vô cùng nhẹ nhàng, không vướng mắc. Điều này *là trọng tâm trong sự giải thoát* tâm *linh của người tu* hành.

Khổ 3:

Từ tâm khởi tiêu tâm không

Mỗi giây phút đến từ trong khắc hình

Hoa rơi tỉnh thức đã *in*

Gió vô tình thổi hoa xinh đã *tường*

Câu "*Từ tâm khởi tiêu* tâm không" là minh họa sống động cho giáo lý **"tâm không"** *trong nhà Phật*. Khi tâm *buông bỏ mọi khởi niệm, nó sẽ trở về trạng thái chân như, vô ngã và thanh tịnh.*

"*Mỗi giây phút đến từ trong khắc hình*" khuyến khích sự sống trọn vẹn trong từng khoảnh khắc hiện tại. Đây cũng chính là *bài học mà thiền tập thường nhắc nhở*:

Sự giác ngộ nằm ở chính **phút giây hiện tại.**

Câu kết thúc, *"Gió vô tình thổi hoa xinh* đã *tường,"* mang ý nghĩa giác ngộ. Gió dù **"vô tình,"** nhưng trong sự tỉnh thức, người tu hành nhận ra bản chất của thực tại và không còn vướng mắc. Đây **là sự hòa hợp giữa** vô **thường và chân không.**

Ý nghĩa **tượng trưng của bài thơ:**

Bài thơ là sự kết hợp tuyệt vời giữa hình ảnh thiên nhiên và triết lý Phật giáo. **"Hoa rơi"** tượng trưng cho sự **biến** đổi, ngắn ngủi của kiếp sống, trong khi **"tỉnh thức"** là *trạng thái giác ngộ, nhận ra bản chất của* vô *thường*. Bài thơ không chỉ ca ngợi sự nhẹ nhàng của cuộc đời mà còn nhắc nhở rằng, khi ta buông bỏ và tỉnh thức, mọi điều dù **"vô tình"** vẫn có thể trở thành **"tường minh."**

Nhận xét về ý nghĩa của tập thơ:

Tựa đề Hoa Rơi Tỉnh Thức thể hiện sự hòa hợp giữa cái đẹp mong manh và sự giác ngộ sâu sắc trong giáo lý Phật giáo. Tập thơ này, với sự đóng góp của 6 tác giả, mang tính cộng hưởng của nhiều tư tưởng Phật giáo, từ vô thường, duyên khởi, cho đến tâm không và giác ngộ. Tác phẩm không chỉ là một món quà dành tặng cho những người tu hành mà còn là lời nhắn nhủ đến những ai đang tìm kiếm sự an lạc trong tâm hồn.

HÀ NGUYÊN DU

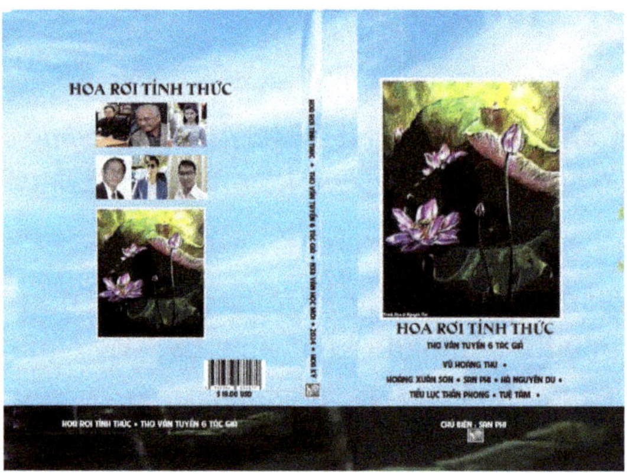

HÀ NGUYÊN DU

"Nhìn Lại Mình - Triết Lý Tự Thức Trong Văn Học"

Câu hát cuối trong bài "Tình Xa" của Trịnh Công Sơn, "Nhìn lại mình... đời đã xanh rêu", là một hình ảnh ẩn dụ sâu sắc, khơi gợi triết lý tự thức và ý niệm về sự tỉnh ngộ trong đời sống.

Phân tích nội dung câu hát:

"Nhìn lại mình"

Đây là hành động tự vấn, một khoảnh khắc con người dừng lại trong dòng chảy cuộc đời để soi chiếu chính mình. Trong triết lý phương Đông, đây là nền tảng của sự tự giác (self-awareness), bước đầu cho hành trình tìm về chân ngã.

Sự **"nhìn lại"** không chỉ là phản tư về quá khứ, mà còn là cơ hội để hiểu rõ giá trị thật sự của hiện tại và định hình tương lai.

"Đời đã xanh rêu"

"Xanh rêu" là biểu tượng của thời gian, sự lặng lẽ bào mòn mọi thứ, và có thể ám chỉ sự trì trệ, bỏ bê bản thân hoặc mất kết nối với lý tưởng sống.

Câu hát nhắc nhở rằng thời gian trôi qua không chờ đợi, và khi ta nhận ra mình đã lạc lối hay để cuộc đời bị phủ mờ bởi "rêu xanh," đó chính là lúc cần sự tỉnh thức để làm mới lại chính mình.

Nhận định về triết lý tự thức trong câu hát

Câu hát khuyến khích con người đối diện với thực tại, từ đó thấu hiểu bản thân và tìm ra ý nghĩa sống. Hành động "nhìn lại mình" không phải để nuối tiếc, mà là để tạo động lực thay đổi. Đây là điểm giao giữa triết học hiện sinh (existentialism) và Phật giáo:

Phật giáo: "Nhìn lại mình" là bước đầu của giác ngộ, đưa tâm thức vượt qua vô minh.

Hiện sinh: Tự thức là điều kiện để con người tự do tạo dựng cuộc đời ý nghĩa, không bị mắc kẹt trong sự định đoạt của ngoại cảnh.

Bài học triết lý ứng dụng cho đời sống

Tự thức – bước đầu của sự thay đổi

Hãy dành thời gian để soi chiếu lại mình:

Ta đã sống đúng với giá trị của mình chưa?

Những mối quan hệ, công việc, hay lối sống hiện tại có mang lại niềm vui thật sự?

Nhận thức được trạng thái hiện tại giúp ta thoát khỏi vòng lặp thói quen và mở ra cánh cửa của sự đổi mới.

Quản trị thời gian và giá trị sống

Thời gian là tài sản quý giá nhất, không thể lấy lại. Nếu không biết tận dụng, đời sẽ bị "xanh rêu" bởi sự thờ ơ hay chậm trễ.

Hãy đặt câu hỏi:

Ta đang sống một cuộc đời đáng sống hay chỉ đang tồn tại?

Chuyển hóa từ ..."xanh rêu" thành ... "xanh hy vọng"

"Xanh rêu" không phải là điểm kết thúc, mà là lời cảnh tỉnh. Cuộc đời có thể được làm mới bất cứ lúc nào, miễn là ta sẵn sàng hành động:

Bắt đầu một lối sống lành mạnh hơn.

Học hỏi những điều mới mẻ.

Dấn thân vào những hành trình ý nghĩa.

Sự thăng hoa nhờ ý thức về cái vô hạn trong cái hữu hạn

Thăng hoa không đến từ việc trốn tránh thực tại mà từ việc chấp nhận nó, nhìn nhận đời người hữu hạn như một động lực để sống sâu sắc hơn mỗi ngày.

Kết luận

Câu hát **"Nhìn lại mình... đời đã xanh rêu"** ...

Là một lời nhắc nhở nhẹ nhàng nhưng đầy sức mạnh. Nó thôi thúc chúng ta tỉnh thức, thoát khỏi sự lơ là trong cuộc sống để hướng đến sự thay đổi và trưởng thành. Khi ta hiểu rằng mỗi khoảnh khắc là một cơ hội để sống trọn vẹn, cuộc đời sẽ thực sự thăng hoa, vượt qua mọi *"rêu phong"* của thời gian.

Ứng dụng:

Hãy viết nhật ký mỗi ngày...

Ghi lại những gì bạn đã làm để sống đúng với giá trị của mình.

Dành 10 phút mỗi tối để "nhìn lại mình" và lên kế hoạch cải thiện. Thói quen này sẽ giúp bạn sống ý nghĩa hơn và không bao giờ cảm thấy thời gian trôi qua vô ích.

Việc minh chứng triết lý **"nhìn lại mình"** qua các tác giả và tác phẩm trong Nền Văn Học Việt Nam và thế giới là một cách tiếp cận đầy sức thuyết phục, vượt qua các chính kiến thiên vị để tập trung vào giá trị nhân bản và bài học sâu sắc...

Dưới đây là các ví dụ tiêu biểu:

1. Nền Văn Học Việt Nam

Nguyễn Du – "Truyện Kiều"

****Triết lý tự thức:**

Nguyễn Du không chỉ viết về thân phận nàng Kiều mà còn khắc họa sự tự vấn của con người trước số phận. Nàng Kiều sau những biến cố đã "nhìn lại mình" qua câu:

"Đoạn trường ai có qua cầu mới hay.»

Kiều nhận ra rằng mọi đau khổ đều là bài học quý giá để

hiểu về nhân sinh.

Bài học:

Con người phải học cách chấp nhận và vượt qua nghịch cảnh. Sự tỉnh thức không đến từ việc trách móc số phận mà từ việc rút ra bài học từ đau khổ và hành động để thay đổi.

Phan Bội Châu – "Ngục Trung Thư"

Triết lý tự thức:

Trong cảnh tù đày, Phan Bội Châu không oán trách hoàn cảnh mà quay về tự vấn bản thân:

*"*Ví thử đường đời bằng phẳng cả, anh hùng hào kiệt có hơn ai?"*

Câu thơ thể hiện sự tỉnh thức trước khó khăn, coi nghịch cảnh là cơ hội để khẳng định giá trị con người.

Bài học:

Sự tỉnh thức không chỉ là đối diện với thất bại mà còn là ý chí mạnh mẽ để biến thử thách thành cơ hội vượt lên.

Nhất Linh – "Đoạn Tuyệt"

Triết lý tự thức:

Nhân vật *Loan trong "Đoạn Tuyệt*" đã trải qua hành trình đau đớn khi từ bỏ những ràng buộc gia đình để tìm kiếm tự do. Sự tự thức của Loan chính là ý thức rằng hạnh phúc không thể đến từ sự thỏa hiệp với những giá trị đã lỗi thời.

Bài học:

Tự thức đòi hỏi dũng khí để nhìn thẳng vào thực tế và hành động vì hạnh phúc thật sự, ngay cả khi điều đó đòi hỏi sự từ bỏ lớn lao.

2. Nền văn học thế giới

Fyodor Dostoevsky – "Tội Ác và Hình Phạt"

Triết lý tự thức:

Nhân vật *Raskolnikov* là hình mẫu của sự tự vấn sâu sắc. Sau khi phạm tội giết người, anh bị giằng xé bởi lương tâm, từ đó nhận ra rằng không có lý tưởng nào biện minh cho hành vi phi đạo đức.

Bài học:

Con người chỉ đạt đến sự tự do thực sự khi họ tỉnh thức trước những sai lầm của chính mình và tìm kiếm sự chuộc tội.

Victor Hugo – "Những Người Khốn Khổ"

Triết lý tự thức:

Jean Valjean, từ một tên tù nhân cay đắng, đã thay đổi nhờ sự tha thứ của Đức Giám mục Myriel. Hành động đó khiến ông nhìn lại mình và quyết tâm sống một cuộc đời tử tế, giúp đỡ người khác.

Bài học:

Sự tự thức không chỉ nằm ở việc nhận ra lỗi lầm mà còn là hành động để sửa chữa và lan tỏa điều tốt đẹp.

Hermann Hesse – "Siddhartha"

Triết lý tự thức:

Siddhartha, trong hành trình tìm kiếm chân lý, đã trải qua nhiều thất bại và đau khổ trước khi nhận ra rằng giác ngộ không nằm ở sự theo đuổi lý thuyết mà ở sự trải nghiệm và hòa hợp với dòng chảy của cuộc sống.

Bài học:

Triết lý tự thức nhấn mạnh rằng mỗi người phải tự tìm ra con đường của mình, thông qua sự kết nối sâu sắc với bản thân và thế giới.

Nhận định chung

Giá trị vượt thời gian của triết lý tự thức:

Từ Nguyễn Du, Phan Bội Châu đến Dostoevsky hay Hermann Hesse, các tác phẩm lớn đều chỉ ra rằng tự thức là yếu tố cốt lõi để con người trưởng thành, vượt qua nghịch cảnh và tìm thấy ý nghĩa sống.

Sự trung thực trong phân tích và phê phán:

Khi đánh giá các tác phẩm, cần tránh thiên kiến chính trị hay định kiến cá nhân.

Hãy tập trung vào giá trị nhân bản, khả năng khơi gợi suy nghĩ và cảm xúc, vì đó là điều làm nên sức sống bền bỉ của văn học.

Bài học ứng dụng:

Học cách "nhìn lại mình" không phải để phê phán bản thân mà để rút ra bài học và hành động thiết thực.

Mỗi người có thể trở thành* "nhà văn của chính cuộc đời mình" *bằng cách tự thức và viết tiếp câu chuyện đời một cách ý nghĩa nhất.

Kết luận

***Nhìn lại những tác phẩm lớn trong văn học Việt Nam và thế giới*, ta thấy sự tự thức luôn là cốt lõi để con người vượt lên hoàn cảnh, sống trọn vẹn và thăng hoa.** Văn học không chỉ phản ánh đời sống mà còn là chiếc gương để mỗi người soi chiếu chính mình, từ đó tìm thấy ánh sáng trong hành trình sống.

HÀ NGUYÊN DU

My Birthday 12/31

NGUYỄN VĂN SÂM
CÂU HÒ VÂN TIÊN

Chiếc ghe chài bành ky lững lờ trôi theo con nước lớn. Cả tháng nay, chưa khi nào công chuyện của những người bạn ghe nhẹ nhàng như bữa nay. Sông lớn, nước chảy chậm, tư bề ít ghe xuôi ngược, chuyện chèo chống chỉ giao cho hai người cầm sào đi dọc từ trước mũi ra sau lái rồi từ lái tới trước mũi sửa hướng cho ngay dòng. Chẳng bù với mấy bữa qua Vàm Nao, phá Đại Ngãi nước xoáy như thác đổ, bạn ghe người nào người nấy vật lộn với sóng, mồ hôi mồ kê như tắm, mệt té ho mà cái ghe cứ xà ninh xà nang lắc la lắc lư như ông tướng thầy ba lúc thầy pháp lên đàn.

Khỏi chợ Bến Lức đâu độ chừng ăn dập bã trầu, tới khoảng chợ Đệm, Bình Điền thì trời chập tối. Lác đác trên trời mấy vì sao hôm thập thò nhấp nháy. Trời sập tối tựa như tấm màn đen được giăng sẵn đâu đó tuốt luốt trên trời đợi tới giờ rũ xuống để che phủ trần gian. Trăng hạ huyền đã mọc từ lâu phết một bệt sáng óng ánh. Cảnh vật êm đềm trong gió hiu hiu mát lạnh gợi nhớ người thân thuộc ở quê nhà. Phải lấy hết can đảm Lành mới theo má bước lên chiếc ghe bự xộn nẩy để xin quá giang. Chuyện quá giang của đàn bà con gái trên ghe thương hồ chủ ghe đại kỵ. *Đất có Thổ Công, sông có Hà Bá,* trên ghe trên tàu thiếu gì người khuất mày khuất mặt. Chuyện đàn bà ngày tháng có thể làm cho người ta xúi quẩy mất nghiệp như chơi. Nhưng may quá, nhờ tiếng thơm của tía từ trước, ông bà chủ ghe đã vui vẻ nhận lời. Bây giờ mình chờ đợi những gì xảy ra ở xứ văn minh sẽ tới. Một mình mình. Ghe càng đi xa phong cảnh càng lạ, càng thấy nao nao nhớ nhà. Nhớ đám mía trước sân xào xạc tận bờ sông mỗi ngày giặt giũ, nhớ hàng lu nái im lìm giữa hai gian nhà, nước mưa chứa lâu ngày ngậm một ngụm cũng đủ mát rượi cổ họng mấy lúc trưa trời nắng chang chang. Nhớ má ưa lúc thúc dưới bếp làm chuyện nẩy chuyện kia không hở tay. Nhớ những buổi tối má con hủ hỉ dưới yến sáng lờ mờ của cái đèn con cóc dầu mù u nho nhỏ. Bây giờ những thứ thân thiết đó mỗi lúc một biền biệt, biết bao giờ mới được gặp. Còn anh Hai nữa, cả tháng nay đi làm xâu vét kinh Ông Đốc đâu miệt Tân Châu – Hồng Ngự mà chớ hề nghe nhắn nhe tin tức gì về. Nghe nói mỗi ngày nhà nước cho lãnh hai vắt cơm, mấy hột muối cục với lại một miếng khô mục nhỏ bằng hai ngón tay tréo, trả có xu rưỡi không đủ mua một bánh thuốc rê mà phải hụp lặn dưới nước dầm mình múc sình xắn đất. Ở đó muỗi mòng, đỉa vắt. Mình đi đây kể như anh em cách biệt. Cực chẳng đã bỏ làng chứ thuở tía chưa bị bắt thì nhà đâu đến đỗi. Mắt Lành rưng rưng, muốn thút thít khóc như ở nhà mà sợ bạn ghe chộ nên phải dằn, phải nén. Nhưng sao như có cái gì trong lòng đẩy ra làm Lành buồn man mác như lúc nhỏ bị rầy oan. Lành ngó vô góc, chỗ lườn ghe được phân khoang chứa chén dĩa kiểu. Hàng hàng lớp lớp, chén dĩa nhận giữa đống trấu đầy ắp. Được vài chục dĩa Càn Long kia chắc đỡ khổ. Thứ nầy dân chợ họ chuộng lắm. Chánh cống bên Tàu. Mua về chưng trong tủ kiếng để thiên hạ trầm trồ cũng mát mày mát mặt. Bao nhiêu họ lại không thảy tiền ra bưng về.

Lành chép miệng quay về thực tế. Nhưng mà người giàu nứt vách đổ tường, kẻ không có đồng xu dính túi. Họ cho đặt chưn lên ghe là may rồi. Nếu không, biết đâu bây giờ mình còn lụi đụi đâu đó dưới miệt dưới. Quá giang từng chặng mệt hơn nhiều. Chắc sáng mai tới bến. Rồi lại còn chuyện lạ nước lạ cái, hỏng biết có gặp người bà con hông. Chỉ biết họ ở chỗ xóm Đạo Chợ Đũi, gần trường con gái Chợ Đũi, mà không biết chắc ở đâu. Để nữa lên đó cất công kiếm coi. Kiếm hỏng ra là phận gái bơ vơ quê người xứ lạ đó. Lành tặc lưỡi như thấy má mình vô lý kỳ cục. Khi khổng khi không cái bắt người ta đi khơi khơi. Rồi biết chuyện gì sẽ xảy ra? Ở quê nhà bữa rau bữa cháo nhưng hủ hỉ có mẹ có con. Lo gì mấy chuyện lặt vặt ăn uống. Có mắm ăn mắm, có muối ăn muối. Với lại chim trời cá nước thiếu gì, lấy lộp, lấy nò đặt một ăn cả ngày hỏng hết. Rau cỏ mọc lu bù sau vườn, lềnh khênh thiếu điều muốn nhổ bỏ. Đói đâu mà sợ? Có lẽ má sợ tụi đầu trâu mặt ngựa trong xóm trong làng đang được thế được thần làm trời làm đất. Rồi Lành sụt sùi ngang, khóc ngon khóc ngọt. Nhớ tới lời dặn lúc chia tay càng thấy chuyện má con gặp lại mong manh như cánh chuồn chuồn. Chắc con biết chuyện người đàn bà có chồng con bị cọp ăn mà vẫn không dọn nhà đi nơi khác? Tại vì chỗ đương ở không có quan lại khắc nghiệt đó con. Hương chức hội tề địa phương ác độc những lạm còn ác hơn cọp dữ. Bởi vậy ông bà mình mới nói: Tàn chính mãnh ư hổ. Con phải đi khỏi chỗ nầy để bảo vệ thân... Giọng má run run trong nước mắt. Thân gái xa nhà hiểm nguy nhưng đi được cứ đi. Ai cũng muốn xa chốn nầy. Thời cuộc làm mấy thứ lộn tùng phèo hết. Làng nước bây giờ có thuộc về mình nữa đâu! Thuộc về tụi nó. Mà tụi nó móc ngoéo nhau rễ chùm rễ mớ. Người dân như mình đành chịu cảnh thờn bơn thôi. Lép một bề. Sống tới ngày nào hay ngày nấy. Đợi chờ. Mấy cây rơm trước sân kia nếu biết đi đã đi mất từ lâu rồi...

Bây giờ mình ra khỏi vòng tay của má, tự đối phó với đời. May nhờ rủi chịu. Phải quyết định lấy, không còn chuyện mỗi chút mỗi "má ơi."

Tiếng hai người bạn ghe kéo Lành ra khỏi giòng suy nghĩ triền miên.

"Tới Ba Cụm rồi đó. Anh biết bối Ba Cụm mà, lơ mơ nó cuỗm hàng hết bị nạo tróc da đầu đó. Với lại hai gói áo quần của tụi mình. Có bề gì có nước bận xà lỏn ra chợ."

"Biết rồi, đừng làm tài khôn. Tụi nó thường đi trên ghe cui hay ghe vàm. Để cho thiên hạ tưởng đâu làm ăn chơn chất. Tụi bán vàm, bán rỗi đi xuồng nhỏ xẹt qua xẹt lợi, coi trời ơi đất hỡi trái lại thiệt thà... Ở đời thiệt khó. Đâu ngờ!"

"Ừ. Cũng tại bị không ngờ mà hồi nẵm có chiếc ghe chài chở lúa, tụi bối xông nhang mê xúc cha nó gần hết ghe. Tom góp quần áo vàng vòng của bà chủ bộn bàng..."

"Xuỵt. Xuỵt. Kìa cái ghe cui ở đàng sau đương cặp theo ghe mình cà. Dám mấy chả lắm chứ hổng chơi đâu. Coi bộ dạng sanh nghi quá, cứ xôm xôm tới hoài."

Lành lấy ống tay áo dụi nước mắt ngó về phía sau. Một chiếc ghe cui cũng đi theo dòng. Ghe bự bề ngang mà cụt đòn, coi quê kệch, loại ghe chở củi, chở tràm. Trong bóng tối, cái mui lở ngoài sau lái như một bệt đen in trên nền trời thưa thớt sao khuya. Trên đó thấp thoáng bóng hai người. Một điếu thuốc lâu lâu lóe sáng rực, quơ lên quơ xuống, một cái đầu tóc bới khắc rõ nét trên nền trời mờ mờ tỏ tỏ xa xa. Trong bóng đêm, một giọng hò ngọt lịm lan truyền qua không khí tĩnh mịch đi thẳng vô từng lỗ chân lông người nghe. Ngọt hơn đường cát, mát hơn đường phèn. Lành rùng mình, chân tay nổi da gà. Tiếng hò quí phái như công tử ngày xưa dạo chợ, dịu nhũu như con gái giã gạo chày đôi, chày ba hát hò dưới trăng.

Hò ơ... Có gió đông hung mới biết tùng bá cứng
Có ngọn lửa hồng mới biết thức vàng cao
Thuyền quyên sánh với anh hào
Đây không thả lá gieo đào như ai
Hò ơi... Trúc kia đã lợp cùng mai
Như chàng họ Lục sánh vai với chị Hai họ Kiều
Xin nàng giữ dạ đừng xiêu
Nếu một mai (hò ơ...) thuyền anh ra biển Bắc, ruột đau như thắt, nước mắt dầm dề, xa cách hương quê, giáp vòng Lục Tỉnh, anh cũng liều (mà... hò... ơ) trở về thăm e... m...

Lành khớp ngang như lúc nhỏ đứng trước cây roi mây cật dài sọc của ông thầy già chi hồ giả dã. Muốn lên tiếng mà miệng cứ như quíu lại. Mở đầu nói chí mình, khuyến dụ là chuyện bình thường, cách buông vần câu thúc ở trên, phóng túng ở dưới, tỏ rằng đã lăn lóc nhiều trong câu hát điệu hò. Điệu nầy mình chỉ có nước vảnh tai nghe chứ không thể nào đối đáp được. Hai cái ghe tiếp tục trôi. Không gian im lặng nặng nề, âm thanh e...m.. e...em... vẫn còn lẩn quẩn bao quát đâu đây trong gió đêm lành lạnh, quấn quít trong làn da chéo áo mọi người.

Lâu lắm mới có tiếng hò đáp của giọng con gái trong trẻo, quyến rũ, nhưng ngắn gọn như bất cần lời ong tiếng ve:

Hò ơ... Gá duyên thì phải lựa (mà) xem, Hò ơ... Coi thử (hò ơ...) đó là thằng Bùi Kiệm hay anh Vân Tiên (hò ơ...) em mới trao lời...

Tiếng hò dứt mà Lành vẫn còn bàng hoàng chưa tỉnh. Giọng người ta trong vắt như nước nhìn thấy sâu dưới đáy, cao như nhạn lượn chín từng mây. Giọng của mình cũng có tiếng ở chòm xóm đó, nhưng mà so với người thì có nên thân nên hình gì đâu. Bất quá như mới biết múa quọt quẹt trước thầy võ vậy thôi. Đi xa mới biết trời cao đất rộng. Cao nhơn tất hữu cao nhơn trị.

Hò ơ... Lên xe (mà) nhường chỗ bạn ngồi, nhường nơi

(mà) bạn dựa, hò ơ... nhường lời (mà) bạn phân...
Hò ơ... Anh đây cũng muốn (mà) kết nghĩa giao ân
Hò ờ... Anh không phải là thằng Bùi Kiệm, sao chín mười phần (mà) bạn lại ngại nghi...

Lành đã hiểu, họ hò giao tình, buông ong thả lá, giả đò như họ không đi chung ghe, giả đò như không quen biết. Cũng vui. Họ mở thắt bằng ý thơ Vân Tiên. Để coi đi xa tới đâu.

Người con gái bắt quàng thiệt đẹp. Vừa dẫn sách, vừa nói chí mình.

Hò ơ... Thể Loan là đứa vô nghì....
khinh bần phụ khó, (hò ơ...)
người đời (mà) được mấy kẻ ưa...

Như vậy là quá rõ, còn đánh tiếng mình đã có nơi. Mọi chuyện đổi thay đều không hợp với luân thường đạo lý. Thường mở đầu cách nầy khó cho phe nam. Cánh cửa đã đóng, ván đã đóng thuyền.

Nhưng giọng nam vẫn cất lên vừa tha thiết dụ dỗ, vừa khinh thường ngạo mạn:

Em ơi, gái kiếm chồng nơi giàu sang nương dựa, đặng sáng với chiều lên ngựa xuống xe, đừng lấy thằng ghe chài, sáng ngồi lườn tối nằm be, để thân con gái má phấn không kẻ chở che, uổng đời...

Hai người bạn ghe cười với nhau. Tụi nó xách mé mình rõ ràng. Có chọc ghẹo ai đâu? Nói gì thì nói, sao mạt sát ghe chài. Tức quá. Phải mình biết hò! Họ ngó Lành như hỏi ý, như cầu hiền. Lành bối rối. Lên tiếng hay không? Mẹ dạy con gái phải ít ăn ít nói. Miệng bằng tay, tay bằng miệng đâu tốt lành gì. Thôi nhắm mắt bịt tai, ngày mai tới chỗ. Cuộc đời mới trước mặt đáng lo hơn. Vui gì mà hát với hò. Quan trọng gì mà tranh hơn thua lời ăn tiếng nói.

Xa trong đêm vắng, tiếng người con gái cất lên buộc tội:

Chuyện nợ duyên ông Tơ bà Nguyệt định bởi Trời Anh ơi đừng giở thói bốc rời, ví như thằng Bùi Kiệm để tiếng đời hậu lai...

Rồi bắt qua giọng khác:

Lọng che sương dầu sườn cũng lọng, ô bịt vàng dầu trọng

cũng ô. Trai như anh mù văn dốt võ, gái như em vẽ phượng thêu rồng, phải chi anh là con trai của Lục Ông thì em gắng công chờ đợi chứ lấy chồng làm chi...

Lành cười. Hay quá. Câu trả lời gián tiếp. Đáng đời. Ai biểu chọc gái. Bây giờ có nhiều chuyện không biết đâu mà nói. Lắm kẻ tình tào khang tấm mẳn bỏ lửng để vui với bọn hương chủ, hương kiểm, hương tuần dốt nát. Nhiều người bấm bụng trao duyên cùng người mình khinh bỉ, hy vọng gỡ rối cho gia đình. Chuyện đó thiếu gì. Mấy tiếng "Theo nghĩa quân chống lại Đại Pháp" như lưỡi gươm kề cổ ai ai cũng sợ. Mấy tiếng "tàn dư ngụy đảng, tay chưn bộ hạ cựu trào" như một thứ thuốc nổ làm bay cửa bay nhà. Bọn hương chức hội tề được dịp là làm tới có thương ai, có xúc động vì ai bao giờ. Chúng rải cùng đường một lũ chó săn rình mò, nay phao vu đặt rượu lậu, mốt tố cáo bán sớt lúa trốn thuế. Đẩy xô đàn ông vào tù ngục để giở thói bóc rời đàn bà. Chúng ví như thằng Bùi Kiệm để tiếng đời hậu lai, lểnh khênh trong làng, trong xóm, khen Đại Pháp anh hùng không ngượng miệng, hoan hô Pháp Lang Sa vĩ đại không tiếc lời. Chúng sung sướng được làm chim cú nhưng muốn đậu cành mai, hãnh diện làm khỉ rừng xanh, nhưng trong bụng muốn vin cành quế. Quên câu dầu sườn cũng lọng dầu trọng cũng ô. Phận mình ra đi một phần cũng vì lẽ đó. Chúng lấp ló ngoài ngõ, rồi sẽ bước vô nhà. Ở xứ văn minh nẩy thì khỏi đi, thiếu gì người tài! Lành cười mắc cỡ với mình. Nếu có gì, mình sẽ tự nguyện như Nguyệt Nga, ôm bức tượng đợi chờ dầu da nhăn, má hóp, dầu chân run, tóc bạc cũng được. Đời người mấy ai được gặp Vân Tiên, đâu phải ai ai cũng có thể thủ tiết như nàng Nguyệt Nga? Duyên may một đời người chưa dễ gặp...

Trên sông đêm, tiếng hò vẫn tiếp tục, đang biến dạng tới một hình thức cao hơn, gần với bản vọng cổ hoài lang điệu Bạc Liêu...

Bớ em ơi, em đừng thấy ăn bận quần dài áo rộng, gấm nhiễu, khăn điều, lược đồi mồi giắt tóc, giầy da bóng chưn mang, em kiến là người quân tử. Em đừng thấy ăn bận quần rách áo rưới, vải thô vải đũi nón nỉ lủng đội đầu, chân trần sình đất, em chê là kẻ tiểu nhơn. Chớ em không quên chuyện Thạch Sanh đóng khố gẩy đờn, bắt con chim đại bàng cứu nàng công chúa, về sau có ai hơn được chàng...

Bớ em ơi, em đừng học thói Thể Loan, ham nơi vinh hiển, bỏ đàng (đã) hứa duyên. Em ơi cũng đừng học thói Điêu Thuyền, sớm mơi ôm Lữ Bố, chiều về tựa kề người nó gọi bằng cha, em hãy ở sao như Kiều Nguyệt Nga, giữ niềm chung thủy sang qua kết nguyền, về sau gặp lại Vân Tiên...

Lành chập chờn trong giấc ngủ giữa tư bề sao rơi, bên tai văng vẳng câu hò trộn với những câu thơ Vân Tiên vẫn thường nghe hồi thuở nào xa xăm lắm. Trong giấc mơ, Lành sung sướng mỉm cười với hình ảnh Vân Tiên đầu đội kim khôi, tay cầm thương bạc, mình ngồi ngựa ô lẫn lộn với một tình cảm thẹn thùng bỡ ngỡ của bước đầu gặp người tình, khoan khoan ngồi đó chớ ra, nàng là phận gái ta là phận trai...

Nước sông vẫn chảy lững lờ, chiếc ghe cui xa dần khoảng cách, trong đêm vắng mơ hồ đâu đó có tiếng người chùi xuống nước. Nhẹ nhàng, thiệt nhẹ nhàng...

Mấy ngày giáp Tết như một đám tang trong lòng Lành. Bộ mặt âm u của ông bà chủ làm áy náy mọi người. Tiếng hò được trả bằng giá cắt cổ mổ họng thắt hầu bao. Tiếng hò đu đẩy mọi người vào cảnh phiêu bồng dọn đường cho bọn bối. Gói quần áo bay bổng theo hình ảnh Vân Tiên. Cái ô nữ trang, tiền bạc của chủ ghe mất hút theo những lời lý hò huê tình ngọt lịm. Mình khổ đã đành, vì quá thờ ơ, vì không đoán trước được chuyện xảy ra. Dân chúng nghèo khổ vì sưu thuế, phải bóc lột nhau để sống. Làm gì có chuyện hát hò suông được. Họ bê bối để sinh tồn, thông minh vặt để khỏi bị hủy diệt. Mấy năm trước đâu có cảnh nầy. Thiên hạ hiếu khách, thích mời mọc đưa đón chiêu đãi người phương xa. Nhưng sự mất mát của vợ chồng người chủ ghe bị hiểu như một sự xui xẻo do mình mang tới. Người ta không chịu nhìn thực tế vì đâu có bối. Người ta cằn nhằn những người gần gũi. Trông mong tìm gặp bà con để rời khỏi chỗ nầy. Nếu hình ảnh cha mình không quá lớn trong lòng họ thì chắc mình đã cù bơ cù bất, lang thang đầu đường xó chợ rồi. Biết chuyện gì đã xảy ra. Rồi chuyện cái kiềng vàng nữa. Tên anh chị ở Cầu Ông Lãnh đã giựt ngay trên cổ mình mấy ngày trước làm mình thiếu điều muốn lọi cần cổ. Nếu không nhờ anh Nam. Phải anh Nam không? Lúc đó mình vừa mừng vừa sợ, nghe được tiếng được tiếng mất, không biết trúng tên không – bắt thằng đó phải trả lại ngay chiều hôm đó, bây giờ mình không còn đồng xu dính túi. Người sao vô tình thi ơn bất cầu báo. Từ đó tới nay cả tuần mà cũng không lảng vảng đâu đây để mình nói một tiếng cám ơn. Mình còn ở đây có bao lâu nữa đâu? Rồi chân trời góc biển, biết đời đưa đẩy đi đâu!

Lành bỗng nhiên ngượng nghịu ngó xuống hàng nút bóp của cái áo bà ba mới hồ dương giấy hiệu Nhảy Đầm hồi hôm qua. Mình phải lòng rồi. Nhớ nhung, trau chuốt. Nguyệt Nga đã gặp Vân Tiên. Nhưng mà kết tuồng có chăng như ý? Ngó lên bờ, mọi người như đã rút hết vô nhà để sửa soạn cúng ông bà, chờ giờ tốt xuất hành đón Xuân hái lộc. Từng đống dưa hấu tràn đường, cao nghều nghệu như núi, mấy trăm cần xé cam quít, cả dọc ghe chuối, cả đoàn ghe hàng bông mấy bữa trước, tưởng chừng không thể nào tiêu thụ hết, bây giờ chỉ còn trơ trọi mấy đống rác rến ngút ngàn. Bữa tiệc thịnh soạn cho bầy ruồi xanh vu vu khó chịu. Như bãi chiến trường sau cơn giặc và chiến sĩ không may của cả hai phe... Lành nao nao với sự so sánh bi quan vừa hiện ra trong trí. Có lẽ mình chịu ảnh hưởng của cuộc hành trình vừa qua. Có sóng gió, có trộm cắp, có hình ảnh Nguyệt Nga tự trầm. Không nên. Có gì đâu? Còn mớ quần áo đã mất? Người còn thì của cũng còn. Mấy bộ đồ vạt bỏ của bà chủ cũng tạm đỡ mấy ngày Xuân. Tìm được nhà bà con rồi thì mọi chuyện sẽ đương nhiên giải quyết. Bữa nay mồng một Tết mình cú xụ nữa thì sanh giặc.

Lành sửa soạn cái cười thiệt tươi chào hai vợ chồng khi họ từ tấm bửng sửa soạn bước lên ghe sau khi đi xin xâm về. Người đàn bà tươi cười nói với Lành, chỉ về phía chỗ đoàn múa lân đương tụ tập, chỗ có tấm bia ông cọp trước đình Cầu Muối.

"Lành, em lên bờ coi lân Sài Gòn kìa. Vui lắm, mấy thuở lên đây gặp dịp Tết..."

Rồi như đoán trước được lòng Lành, bà ta nói thêm:

"Ối, hơi sức đâu mà buồn. Chuyện năm cũ hao tài khỏi tán mạng, nó lấy gói quần áo của em, như gánh cái xui xẻo của em.

Sang năm mới sẽ khá hơn. Coi lân đi. Để ghe cộ đó dì coi cho. Ngày tư ngày Tết mà. Nếu có thì giờ ghé chùa Bà xin lá xâm đầu năm. Bà linh lắm. Đi dọc theo mé sông tới đầu chỗ đường Bồ Rệt thì thấy liền...”

Để vui lòng người, Lành dạ dạ rồi bước lên tấm bửng lên bờ, nhập vào đám đông đang bắt đầu lũ lượt. Từ xa nhạc trống lân dồn dập, tiếng trống tùng tùng, tùng cắc có sức hấp dẫn kỳ diệu. Lành nhập vào đoàn người thưởng ngoạn hồi nào hổng hay. Giữa vòng khán giả, đoàn người múa lân ăn bận quần áo võ sĩ gọn ghẽ tề chỉnh giống như tấm hình vẽ trên tờ giấy bản mục nát, mối ăn lỗ chỗ được cuộn tròn nhét phía sau trang thờ mà Lành thường được coi trong mấy ngày giỗ lớn của gia đình. Lành nao nức và tự thấy mình lạ lùng. Họ múa lân, họ đánh võ, họ biểu diễn thương, đao; chuyện nầy thường quá, có gì đâu? Mọi năm đoàn lân Phụng Hiệp bắt đầu múa riết từ xế chiều ba mươi tới hết ngày mùng năm, coi đà mãn nhãn rồi. Nhưng lân Lục Tỉnh quê mùa rẫy bái thế nào cũng thua lân chợ, chánh cống Sài Gòn. Quần áo bình thường bà ba vải ú đen, chưn quen đạp sình đất, nứt nẻ, múa hay thì có hay đó nhưng mà thấy nó kỳ kỳ. Quần áo của đoàn lân nầy xao xuyến lòng Lành. Ống quần cột túm bằng dây cao su ràng rịt lên tới ống quyển. Áo chẽn, thắt đằng chỗ bụng, có vẽ cái đầu lân đỏ chói phía sau lưng. Nón lá nhỏ vành, sơn đỏ, trên chóp có đính một cái ngù nhọn lểu. Giống hệt như chú lính thú ngày xưa trên Cao Man, Cần Giọt, chỉ có điều họ không có đầu tóc. Họ cũng không để râu. Nhưng bao nhiêu đó cũng đủ để kỷ niệm hồi còn nhỏ hiện về. Cặp mắt thành kính, mấy ngón tay run run trân trọng của tía trước mấy cây bạch lạp lung linh, khi vuốt tấm hình:

“Ông con đó. Người lãnh chức Cai Đội trong đoàn nghĩa quân của Trương Công, chịu trách nhiệm từ bờ sông bên nầy Cần Giuộc tới cửa Gò Công, ra mút tới mấy Hòn Đất, Hòn Cu ngoài biển. Sau nầy, Trương Công bị phản, quy thần, nghĩa quân tan nát. Người dắt dìu tía về đây, giờ thì mọi sự đổi thay, cơ trời chuyển dịch, lòng người ly tán. Tía chỉ mong giữ gìn tiết tháo, hốt thuốc giúp đời, đợi ngày theo ông bà. Chuyện đội đá vá trời để nhường lại người tài đức. Tía hee16t thời rồi...”

Cặp mắt tía long lanh, mơ màng. Chút hãnh diện về dòng dõi lâu lâu mới được nhắc tới pha với sự an phận thủ thường của một cuộc sống tránh né lâu ngày chầy tháng thấp thoáng trong ánh mắt nhìn mông lung đó. Hai tía con ngồi ngó ra cửa hèn lâu, mọi người theo dòng suy gẫm của riêng mình...

Trời càng xế trưa, càng nhiều người túa ra từ mấy căn nhà xa xa trong xóm, theo tiếng trống thúc giục. Con lân có hàm râu bạc dài ngót gang tay đang quay bên nầy, nghinh bên kia chờn vờn như hí cầu, múa sừng như tranh châu trước căn nhà có treo tiền. Cặp mắt lồi nhúc nhích, trợn dọc trợn ngang. Cái miệng lớn tổ chảng hoác ra quặp lại như sẵn sàng nuốt trọng ai đó trong đám người bu quanh. Cái sừng chiết đen thui, cong queo, mỗi lần chồm tới như muốn rạch bụng người coi. Ghê thiệt. Nghề nầy mình đâu có phải tay mơ. Múa đầu lân bằng hai tay đã đành mà múa luôn hai cẳng với những cái đá, cái co chưn, cái thủ bộ lẹ làng gọn ghẽ, dòm sơ qua cũng biết tay nghề. Mười mấy phong pháo nối với nhau rũ từ mái nhà xuống gần sát đất, được châm ngòi. Tiếng nổ lốp bốp đùng đùng làm tai ai tai nấy đều kêu vo vo. Con lân, lạy thụt lùi ba lạy trước ngạch cửa. Nó ngước lên ngó cái cờ đỏ thêu mấy chữ vàng "Cầu Ông Lãnh Hoa Việt Thanh Niên Lân Hội" lòng thòng mấy cây cải "xà lách" và một dọc giấy "ngầu" mới tinh được treo chót vót trên nóc nhà rồi múa loạn xạ như giận dữ. Những tiếng chắc lưỡi hít hà nổi lên đây đó. Đã thiệt. Nặng bộn chớ bộ chơi đa. Múa coi nhẹ hổng, như Hạng Võ cử đỉnh. Cả giờ rồi coi bộ có thấm thía gì đâu.

Một nhúm năm người lo dựng lên một cây tre tầm vong già, bự bằng bắp tay, cao nghều nghệu. Họ lấy thế kềm cứng vây tre. Con lân múa một vòng, ngó lên, ngó xuống như ước lượng trước khi leo. Trò nầy Lành đã được coi một lần ở chợ Cần Thơ lúc nhỏ. Người múa lân máng cái đầu lân vô một cánh tay, leo lên cây tre thẳng tắp, trơn lu. Tuốt trên chót vót có xỏ ngang một thanh tre nhỏ, anh ta sẽ nhào lộn trên đó, trong tiếng trống. Chòm râu trắng phất phơ theo chiều gió, oai phong lẫm liệt như lão tướng xung trận. Thình lình tiếng trống gò lại nhỏ hơn, rời rạc hơn, con lân bỗng nhẩy phóc đứng trên một cái ghế đẩu múa may một đổi rồi đưa ra một chưn thẳng tắp. Từ trong đám võ sĩ đứng đàng sau, một con lân râu muối tiêu nhỏ thó, mặt mày cũng vằn vện vậy, nhưng có vẻ nhu mì hơn, chầm chậm bước ra. Cách đi đứng múa may, chờn vờn cũng nhẹ nhàng phong nhã, phiêu hốt. Nó lạy con lân râu bạc ba lạy rồi chun qua dưới chưn chầm chậm, khép nép như sợ sệt. Lành ngạc nhiên. Thói thường chỉ có lân lạ mới lạy chạy mặt nhau thôi. Còn đây hai con lân cùng đoàn mà. Họ làm ăn cái gì kỳ cục vậy?

Có tiếng oang oang của một người muốn cho thiên hạ biết mình ta đây thông thạo:

"Lân Cầu Muối lạy tôn lân Cầu Ông Lãnh làm đại ca đó. Nó chịu nhục lòn trôn giữa chợ. Như Hàn Tín lúc thất thời. Tám năm rồi, năm nào nó cũng phải làm cái mửng nẩy. Có năm còn bị phun nước miếng lên sừng. Có năm bị giựt râu..."

Người khác kể rành rọt lớp lang ý chừng là dân cố cựu, nhau rún ở đây:

"Từ hồi có trận chém lộn ở xóm họ đạo Chợ Đũi gần chỗ mả của Á Thánh Gẫm vì chuyện giành múa cho nhà thông gia của Bá hộ Xường, Sáu Tiết, anh chị của lân Cầu Muối, bị chém chết, đoàn lân rã đám. Nhưng Út Hồng, anh chị bự của lân Cầu Ông Lãnh, cứ cho làm chuyện kỳ cục nẩy hoài. Mỗi lần coi là mỗi lần tức muốn bể bụng, nhứt là nhà mình ở xóm Cầu Muối. Tuy hổng ăn nhập gì tới mình, nhưng mà khó chịu..."

"Anh biết tại sao không? Út Hồng thấy một vùng nhỏ híu bằng bụm tay mà có hai anh hùng. Như nước có hai vua vậy mà... Làm sao anh ta chịu được nên bắt tay với đám "mã thầu dậu" ở Chợ Lớn, đám Tây u xếp tụi bồi bếp ở Bồn Kèn lừa dịp chém lén Sáu Tiết trong khi hai đàng đã hứa với nhau là bất tương xâm, chỗ ai nấy ở, đường ai nấy đi..."

Ngừng một lúc như để lấy hơi, ông ta nói thêm, có dây có nhợ:

"Tội nghiệp đám em út, lớp bị mua chuộc, lớp giải nghệ, tứ tán hết. Đã vậy mà Út Hồng còn chưa bằng bụng nên diễn tích nẩy để làm nhục mấy tay anh chị còn sót lại của lân Cầu Muối chơi. Thêm nữa, để dằn mặt mấy người muốn làm sống lại đoàn lân cũ. Bây giờ họ một mình một chợ, muốn làm mưa làm gió gì hổng được? Ai vô đó mà cản họ? Nhưng mà... làm vừa vừa chứ.

Làm quá ai mà nhịn..."

Lành nghe hết câu chuyện. Cô lắc đầu. Thiệt hết chỗ nói. Chết rồi mà cũng không yên. Người ta giải tán rồi còn kéo ra làm xấu làm hổ. Vậy cũng mang tiếng anh chị một khúc sông, một bến chợ. Người theo mình trùng trùng điệp điệp đâu cũng ngót nghét cả trăm có ai tranh cãi gì đâu? Làm chi chuyện thù vơ oán chạ. Nhẹ thể mà thêm mất lòng mất bề?

Tiếng trống vẫn tiếp tục nhẹ nhàng, lơi nhịp. Con lân râu muối tiêu vẫn kiên nhẫn lòn tới lòn lui dưới chưn con lân râu bạc vênh vang. Những giọng cười thinh thích hăng hắc chen giữa những cái nhăn mặt xốn xang trong đoàn võ sĩ. Một vài tên anh chị đâu đây xì xào mấy tiếng chửi thề bất bằng "đ. họ" và những cái háy nguýt nháng lửa. Không khí căng thẳng như bữa dàn trận chém lộn hồi năm ngoái ở Lăng Tô giữa đám anh chị bên Khánh Hội với mấy tay tổ xóm Cầu Kiệu mà Tây Tà phải trầy vi tróc vẩy mới giải tán được...

Nghe chuyện, mình là đàn bà con gái mà cũng giận tím gan, cũng bứt rứt khó chịu. Như bến mình đậu ghe thiếu mặt anh hùng. Như đã lầm trao thân gởi phận nhằm anh chồng bị thịt, giá áo túi cơm...

Nhưng Lành không phải bực bội gì lâu. Chuyện tức nước bể bờ trước sau phải có... Con chó dồn nó vô chưn tường nó còn quay lại cắn, huống chi người. Một tiếng hét muốn bể lỗ nhĩ từ trong đám võ sĩ rồi một người hai tay cầm hai thanh mã tấu bự bản, đưa thẳng lên trời nói trong nước mắt:

"Đại ca ơi... Em chết bữa nay. Em chịu hết nổi rồi. Tụi nó làm ô nhục mình quá. Em chết thiệt đẹp, thiệt ngọt để rửa nhục cho anh em mình nè đại ca..."

Anh ta hươi đôi mã tấu sáng loáng a thần phù vô chém con lân Cầu Ông Lãnh. Anh chàng múa lân hết hồn lật đật đưa đầu lân ra đỡ. Hai thanh mã tấu phụp xuống ngọt như thể lướt qua thân cây chuối non. Cái đầu lân bị xả làm ba miếng lủng lẳng trên nan tre. Một tiếng ra lệnh bằng giọng Việt Nam trại trại nhưng sắc như dao thét lên từ đám người bận đồ xá xẩu đứng lu bu chỗ ông địa làm trò.

"Chém nó. Chém chết cha nó đi, thằng phá đám, thằng

phản thùng..."

Đoàn người đi chợ Tết coi lân kinh hoàng chạy túa như ong bể ổ. Tiếng hét, tiếng la, tiếng dao chặt vô thịt, tiếng người ngã, cả thảy hợp thành một âm thanh khiếp đảm, chết chóc như trận giặc chòm. Lành bụm mặt chạy thục mạng để khỏi phải thấy loạn đao trên thân thể một người. Trong cơn hoảng hốt bất chợt Lành mơ hồ thấy người anh chị yên hùng đó có gương mặt phảng phất anh Nam...

Ngày Tết qua lâu như cả chục năm dài. Câu chuyện thằng Nam Cầu Muối chém lân Cầu Ông Lãnh để chịu chết chuyền từ miệng người nầy sang người khác. Nhiều người thán phục, lắm kẻ chê bai, ai cũng có lý riêng: Anh hùng! Xuẩn động! Nhưng ai cũng là người đứng ngoài. Bàng quan mạnh miệng. Riêng Lành đau thấu tim gan. Người chết xuất hiện trong đời một lần thôi, nhưng như từng nối kết thân thuộc từ muôn trùng thời gian của thời Bàn Cổ. Việc ghi ơn giờ đây trở thành nhỏ nhoi so với hành động yên hùng. Câu nói, chết để rửa nhục cho anh em nhảy múa trong đầu Lành khi ăn khi ngủ, vang dội trong trí lúc đi chợ, nấu cơm. Nó kéo hồn Lành ra khỏi thân xác, nhập vô cảnh giới nào đó mù xa trên chín từng trời. Nó giở hổng Lành lên khỏi mặt đất, lửng lơ, tách khỏi thế giới trần tục bợn nhơ. Lành trở thành xa vắng trong khi có mặt, ngủ say trong khi đi đứng bình thường.

Nhiều lần bà chủ ghe liếc Lành chắc lưỡi nói với chồng:

"Tội nghiệp. Con nhỏ sao mà như mất hồn. Nó lơ ngơ láo ngáo cả ngày. Điệu nầy làm sao nó kiếm cho được nhà bà con. Hổng biết rồi mình giải quyết làm sao. Bỏ thì thương, vương thì tội..."

Lành bắt gặp tiếng thở dài chấm câu sau câu nói. Tiếng thở dài thương hại đặc biệt đàn bà. Lành nghĩ mau về Nam. Về Vân Tiên. Về Nguyệt Nga. Về trường hợp mình. Sao lại tự nối kết đời mình với một người chưa chắc đã biết tên mình, chưa tỏ một chút gì tình ý, hơn nữa đã chết rồi. Chắc mình bị oan hồn xui ghẹo. Hồn người chết đâm chết chém vất vưởng không siêu độ được phải tìm chỗ nào đó tạm trú. Làm cô hồn. Làm một thứ ma đưa lối quỷ đưa đường. Phải đi ra chỗ Một Hình van vái mới được. Mình thề sẽ thương yêu kính mến anh ấy trọn đời và cầu vong hồn anh được siêu độ. Vừa thề vừa vái. Một công hai ba chuyện.

Bộ đồ bà ba cổ bà lai bà chủ cho hôm Tết được lấy ra bận. Cái áo hơi rộng, nhưng coi bộ còn tốt, cái quần thì vừa vặn. Lành vắt ngang cái khăn rằn quanh cổ, buông lòng thòng hai đầu xuống, đong đưa trước ngực, xăm xoi ngó vô kiếng, mỉn cười với mình, rồi đon đả lên bờ. Trời xê xế, đèn đường bắt đầu được thắp lên. Trên đường Lò Heo, mấy con heo bị dồn trên xe cá chở vô lò kêu eng éc buồn thảm đến nhức đầu. Phía gần Đường Giữa chỗ hẻm nhỏ nối với đường Boresse, xóm Lồng Đèn Kỹ Nữ, đã bắt đầu thắp sáng đỏ xanh. Lành bước mau, đỏ mắt vì mấy cái nhìn sàm sỡ của khách tìm hoa. Mấy cái xe kiếng lộp bộp móng ngựa trên đường chen với tiếng ken két ê răng của niền bánh nghiến trên mặt đường đá. Từ xa, xe lửa điển Sài Gòn – Chợ Lớn xẹt lửa trên nóc, in một đóm lửa tua tủa ra như pháo bông trong đêm càng lúc càng rõ, tới gần, qua mặt Lành rồi ngưng ở nhà ga Cuniac. Lành vui vui với xứ văn minh về đêm. Đèn đuốc sáng trưng, người ta đi lại dập dìu. Chẳng bù với xứ khỉ ho cò gáy quê mình, mới sụp mặt trời ai ở nhà nấy, buồn thỉu, buồn thiu …

Từ Một Hình, Lành thả dài theo bờ sông, về lại ghe, kiểng nhà thờ Nhà Nước rềnh rang đổ tám giờ. Nam thanh nữ tú dập dìu chỗ vườn bông Đô Đốc.

Mấy thầy thông thầy ký mang giầy "ăn phón" da bóng ướt sức giở lên làm kiếng soi mặt nhổ râu được, áo bành tô vải ka ki bốn túi, đầu chải bảy ba, cặp tay mấy cô tân thời, đầu tóc lòng thòng khỏi vai, có cái đuôi bánh lái, coi thiên hạ bằng nửa con mắt. Thấy xốn xang cách gì!

Đánh đôi đánh đọ cũng có khi có thì, có nơi có chốn, sao lại đem ra chỗ thập mục sở thị. Mấy ông mấy ngài còn theo nếp xưa, áo dài nhiễu đại đóa dài tới gối, quần the rộng ống, chân mang giày Canavaggio, đội nón cối trắng, râu nganh trê vuốt sáp nhọn lểu, để huề dạo với vợ con, nói năng nhỏ nhẹ, cử chỉ từ tốn. Mấy thầy chú ngó Lành lườm lườm như ngạc nhiên, như muốn nuốt sống. Con gái sao một mình lang thang chỗ nẩy. Lăng Tô là chỗ của những cặp tình nhân, những người có gia đình. Lành thẹn thùng ngó xuống đất, rảo bước thẳng. Xứ gì kỳ cục, đàn ông, đàn bà cặp kè. Cột cờ Thủ Ngữ cao nghệu, Tây Tà rượu chè ồn ào thấy sợ. Phía cầu Quây, khúc giữa giòng sông đương được quây xuôi theo dòng nước nhường chỗ cho tàu đò chạy qua. Mấy người đi chơi đứng hai bên cái cầu thiếu đó cười cười nói nói, chỉ chỏ vui vẻ. Chuyện lạ lùng. Chừng nào về quê phải kể cho má nghe mới được. Cầu Quây đương là cầu biến thành khúc sông. Từ bến Khánh Hội, mấy tay anh chị bến tàu thả xe đạp Alcyon trắng nõn qua dốc cầu Móng dài dằng dặc. Coi vui vui.

Tiếng người nào đó bên tai Lành nhột nhột khi Lành qua chỗ nhà băng xây bằng đá cao nghều nghệu. 'Xin lỗi cô Hai... dám nào cô dừng chân cho hỏi...' Mắc cở đỏ mặt. Lành ngúng nguẩy bỏ đi. Chuyện chưa có gì hết nhưng mà thấy có tang lòng. Mấy lời van vái trước ông Một Hình làm mình nhẹ nhõm hơn. Bây giờ trên tinh thần mình thuộc về hương hồn anh ấy. Phải xứng đáng với người chết anh hùng. Chết rửa nhục. Chết để khỏi cúi gầm mặt cho chúng bôi tro trét trấu. Thiệt thòi phận gái một chút cũng không sao. Thiên hạ có ai xứng đáng hơn đâu. Cuộc đời lạ lùng. Câu hò trên sông của tụi bối Ba Cụm ứng như lời thầy bói linh. Rồi đây cuộc đời mình tuy buồn thiệt nhưng đẹp, thơm như hoa dạ lý tỏa hương, như tiểu thơ họ Kiều kia thề không để tiếng chê cười, như người bội bạc:

Dầu ai buông tiếng ngọc
dầu ai đọc lời vàng
bông sen hết nhụy bông sen tàn
em đây giữ tiết như nàng Nguyệt Nga....
chẳng thà em chịu đói, chịu rách theo cách bà Mạnh, bà Khương…...
chớ không như Võ Hậu đời Đường làm cho bại hoại cang thường nhơ danh,
chẳng thà nghèo khó ở túp lều tranh
chớ không đành bội nghĩa như cha con Võ Công tham tài...

Anh Nam đã thắp một ngọn đèn cho bạn hữu để họ thấy cái nhục. Rồi sẽ có những ngọn đèn khác. Rồi sẽ có người nhờ yến sáng đó mà mở mắt ra. Rồi những người trai trẻ đang rèn tập võ nghệ mỗi chiều ở đường Lò Heo sẽ thấy lại được cái nghĩa sống. Mình có đớn đau trong dạ cũng có nhằm nhò gì đâu đối với cái chết của người anh hùng. Lành nói với mình chắc như đinh đóng cột: "Mình sẽ thủ tiết. Phải thủ tiết. Có gió đông hung mới biết tùng bá cứng, có ngọn lửa hồng mới biết thức vàng cao. Mình sẽ ở vậy. Hay ít ra chờ đến khi gặp được một anh Nam khác." Nụ cười sung sướng nở trên môi Lành. Bên kia sông mấy ngọn đèn lù mù trước mặt Sở Nhà Rồng bỗng nhiên sáng rực như nhà đèn Chợ Quán vừa đổ thêm than vô lò. Lành bước mau về phía Cầu Chong. Gần tới chỗ ghe đậu rồi. Phải thắp cho anh ấy mấy cọng nhang. Gió sông Quai de Belgique thổi lên phơi phới, mát rượi. Khỏi chỗ ga Cuniac, nơi Bồng Kèn ban nhạc kèn đồng vẫn say sưa biểu diễn, âm thanh xập xình vang dội xuống mé sông làm bập bềnh mấy chiếc ghe thương hồ đương triền miên trong giấc ngủ. Lành mỉm cười, bước mau, trong trí vang dội mấy câu thơ Vân Tiên vừa chợt hiện:

Trai thời trung hiếu làm đầu
Gái thời tiết hạnh là câu trau mình...

NGUYỄN VĂN SÂM
San Marcos, Texas tháng 9/83
(Trích trogn tập truyện Câu Hò Vân Tiên, nxb Gió Việt, TX, 1965

Thơ hay ý đẹp

Trăm năm thân thế bóng dương tà
Ngàn năm lời hạc gởi trăng mọc.
Ngô Nguyên Nghiễm *(trích Chiêm bao ngồi dạo ma cầm...)*

—

Ta còn một mẩu
chữ
hãy cố níu đời nhau
dù chữ nào gẫy gập
còn vang một nhiệm mầu
Hoàng Xuân Sơn *(trích "vang vang đời chữ)*

—

Thử vạch đường trăng tìm thử mộng
chia nhau phấn nhụy thấm đời sau.
Đức Phổ *(trích "Phấn Nhụy Thấm Đời Nhau")*

—

tay em mười nốt nhạc trầm
lên cao thả giọng hồ cầm xuống anh
Huỳnh Liễu Ngạn *(trích "Một Ngày Đầu Năm)*

HUỲNH LIỄU NGẠN
MỘT NGÀY ĐẦU NĂM

sáng đi
chiều về
con đường
bờ vai đụng nhẹ
vô thường tỉnh mê

sáng đi
chiều về
tay che
ngược xuôi xe cộ
cũng nghe lạ lùng

sáng đi
chiều về
mông lung
miếng cơm manh áo
khật khùng - thơ ơi.

21.12.2024

MÙA XUÂN VAI GẦY

lại nghe chân tóc gọi miền
suối reo mùa động ưu phiền lạnh năm
tay em mười nốt nhạc trầm
lên cao thả giọng hồ cầm xuống anh

mắt em sầu muộn long lanh
giăng vậy mười hướng lạc thành xôn xao
đầu năm bướm lượn vườn ao
cho em gõ nhẹ gót sao ngang trời

tình anh nước đổ về khơi
nên quên tưới lại xuân đời cho cây
lá khô rụng bóng vai gầy
anh không nhặt nữa để bay mất rồi

thương em tay rối chỉ bời
cuộn quanh ngõ lối với đời sớm trưa
cầm bằng như ngọn sóng đưa
như con nước cạn ngày xưa đã lền

thôi đừng chải ướt tuổi tên
để còn ươm mộng thần tiên giao mùa
hư không xin gởi gió lùa
nửa khuya thức dậy anh đùa với trăng.

HUỲNH LIỄU NGẠN
21.12.2024

QUYÊN DI
NGƯỜI GHÉT MÙA XUÂN

Những cơn gió của mùa Đông hình như còn luyến tiếc không gian. Chúng vẫn lẩn quất đâu đây, thỉnh thoảng ùa ra, toả hơi lạnh buốt làm cho cây cỏ rùng mình, khép nép. Tuy nhiên, không có gì cản được bước chân trở về của mùa Xuân, những bước chân hồn hậu, reo vui của một mùa hạnh ngộ. Gió lạnh cũng đành nhường bước cho những dải lụa vàng ấm áp buông toả khắp nơi. Những bầy chim thiên di từ đâu bay về, nhiều khi rợp cả bầu trời, với những tiếng kêu ríu rít. Và hoa! Hoa nở rộ khắp nơi, trong vườn nhà, ngoài công viên, trên đồi cao, bên vệ đường. Ở đâu cũng có những bông hoa tươi thắm, và khí trời đẫm ngát hương thơm.

Trong không gian rực rỡ và nồng nàn ấy, phấn hoa theo gió phiêu du khắp chốn. Phấn hoa la đà trên những lùm cây đậu trên bờ cỏ. Phấn hoa vui đùa với đàn ong, lũ bướm. Phấn hoa nhảy múa trong làn ánh nắng vàng tươi, trong vắt. Và phấn hoa cũng nhẹ nhàng mơn trớn con người. Có những cô thiếu nữ, mộng đời đang kết nụ, đặt cánh môi tươi trên những cánh hoa mịn màng đỏ thắm, say sưa với làn hương quyến rũ của phấn hoa đưa tới, trong khi để trí tưởng phiêu bồng đến những bến bờ tương lai mật ngọt.

Bên cạnh những cô thiếu nữ vui đùa với phấn hoa, cũng có những người không thể làm quen với thứ phấn hương này. Một chút phấn hoa vô tình thoảng qua cũng đủ làm cho hắt hơi, ngứa cổ hay đỏ mắt. Bạn tôi thì vì phấn hoa mà... xổ mũi liên miên; và trong túi lúc nào cũng sẵn sàng khăn giấy. Bởi thế tuy mùa Xuân có tươi, hoa Xuân có đẹp, những người dị ứng với phấn hoa vẫn không thích mùa Xuân; họ tự xưng, hay bị những người khác gọi đùa là ‘’người ghét mùa Xuân.”

Chuyện “người ghét mùa Xuân” làm cho tôi nảy sinh một vài ý nghĩ.

Tôi ví mùa Xuân như một người có nhiều đức tính, đẹp người đẹp nết. Chẳng phải như thế sao, khi bầu trời mùa Xuân trong sáng, khí hậu mùa Xuân thơm lành, cỏ cây mùa Xuân tươi thắm, ngay cả mưa Xuân nếu có thì cũng dìu dịu êm mơ? Người có nhiều đức tính cũng vậy, lòng họ trong sáng, đời sống của họ đẹp tươi, và ảnh hưởng của họ như làn hương thơm quyến rũ khiến mọi người chung quanh thương mến. Thế nhưng không phải họ được tất cả mọi người yêu quý đâu. Thế nào cũng có những người ghét hoặc ghen. Những việc làm tốt đẹp của họ đem lại lợi ích cho nhiều người, nhưng có thể vô tình "đụng chạm" tới một vài người khác khiến những người này khó chịu. Đôi khi việc làm của người có nhiều đức tính chẳng "đụng chạm" đến ai, nhưng chính sự trổi vượt của họ đã là nguyên cớ khiến một số người khó chịu.

Bởi thế, tôi thấy chẳng ai có thể ảo vọng rằng mình hoàn toàn tốt đẹp và sống vừa lòng tất cả mọi người, cũng như mùa Xuân tươi đẹp như thế mà cũng có người không ưa. Nghĩ như vậy, người ta sẽ không dám tự hào về những đức tính mình có, đồng thời cũng chẳng buồn bã đến thất vọng khi nghe những nguồn dư luận không tốt về mình. Lúc đó người ta sẽ cố gắng để mỗi ngày một hoàn thiện hơn. Và khi biết những khuyết điểm của mình, người ta không chán nản, ngược lại sẽ cố gắng loại trừ dần. Người ta sẽ làm cho cuộc đời mình mỗi ngày càng trở thành một mùa Xuân tươi đẹp hơn, trong sáng hơn và hữu ích hơn.

Sống như vậy là vừa thực tế vừa lạc quan. Cách sống ấy khiến cho người ta cảm thấy vui tươi, yêu đời và thoải mái, hơn là để cho mình lên xuống, chìm nổi với những lời khen tiếng chê. Sống như thế là biết rõ về mình, sống thật với mình. Không phải được người khen mà vội tưởng rằng mình thực tốt, cũng không phải vì bị người chê mà đã cho rằng mình đầy tính xấu...

Tôi nghĩ thêm về chút phấn hoa làm cho có "người ghét mùa Xuân" kia. Thông thường khi bị làm cho bực mình khó chịu, người ta dễ có khuynh hướng "ghét." Tôi ghét người này vì họ sống thiếu lịch sự. Tôi ghét người kia vì tính họ hay ghen tương. Tôi ghét người nọ vì họ hay xét nét, lại thêm tính mách lẻo... Và tôi ghét mùa Xuân, vì mùa Xuân có phấn hoa làm cho tôi bị dị ứng, hắt hơi xổ mũi tùm lum.

Nhưng bạn tôi không phản ứng như thế. Mỗi khi mùa Xuân về, bạn tôi xổ mũi vì phấn hoa, tôi trêu bạn là "người ghét mùa Xuân." Bạn cười, trả lời: "Không phải đâu! Phải gọi là "người được Trời thương" chứ! Tôi hỏi tại sao, bạn giải thích: "Tại Trời thương, nên mỗi khi Xuân đến, Trời mới tặng cho một chút phấn hoa. Phấn hoa là tín hiệu cho biết Trời thương mình lắm!" Bạn còn nói thêm: "Vì được Trời thương, nên mình cũng giúp Trời cho nở thêm những bông hoa trắng mùa Xuân nữa!" Vừa nói, bạn vừa chỉ những tờ khăn giấy bị vò vất trắng xóa giỏ rác sau khi được dùng lau mũi!

Tôi bật cười về ý tưởng của bạn. Nhưng nghĩ lại, thấy ý tưởng ấy thật dễ thương và làm cho đời sống người ta trở nên vui tươi, thoải mái. Nghĩ thêm về bạn, tôi thấy không phải bạn chỉ phản ứng với phấn hoa một cách dễ thương như thế. Với tất cả mọi người chung quanh, bạn cũng đều có những phản ứng tương tự.

Có một lần bạn bị người bán hàng đánh lừa. Khi biết ra, bạn chỉ cười và nói: "Ít ra ông ấy cũng được một ngày vui vì đánh lừa được một người khờ!" Lần khác, bị một người thân phản bội. Chuyện này nặng hơn một chút phấn hoa nhiều, cũng nặng hơn cả chuyện bị người bán hàng đánh lừa nhiều. Nó khiến bạn đau khổ lắm, nhưng dù cho đến thế đi nữa, bạn cũng không hề có phản ứng trả thù. Bạn chỉ dán bài hát "Con Đường Ngài Đã Đi Qua" của Văn Chi lên tường trước bàn giấy. Bài hát ấy có những câu thế này: "Lạy Chúa, con đường nào Chúa đã đi qua? Con đường nào Ngài ra pháp trường? Mão gai nào hằn sâu trên trán? Lạy Chúa, những bước nào gục ngã đau thương? Bao roi đòn hằn vết thê lương? Đường tình đó Ngài dành cho con." Đó là những câu hỏi. Và đây là những lời tự hứa mà không cần chờ Chúa trả lời: "Lạy Chúa, xin cho con bước đi với Ngài, xin cho con cùng vác với Ngài thập giá trên đường đời con đi. Lạy Chúa, xin cho con đóng đinh với Ngài, xin cho con cùng chết với Ngài..." Bạn xem lần bị phản bội đó là một thánh giá, một dấu đinh, để từ đó, bạn hiểu thêm về tình yêu của Chúa.

Thực ra, quan niệm của bạn là, không vì một chút phấn

hoa làm cho ta xổ mũi mà ta từ chối cả một mùa Xuân tươi đẹp với cỏ hoa muôn màu muôn vẻ. Cũng thế, không vì khuyết điểm của ai đó làm cho ta bị tổn thương hay khó chịu mà không chấp nhận cả con người họ, một công trình của Tạo Hoá, với rất nhiều điều diệu kỳ đáng quý. Đó là cả một quan niệm sống. Quan niệm ấy đòi hỏi người ta phải có tâm hồn rộng mở và tấm lòng quảng đại. Hình như bạn luôn luôn tin rằng bản tính của con người vốn thiện, mà những khuyết điểm chỉ là những vết xây xát bên ngoài do hoàn cảnh sống gây nên.

Sáng nay, một buổi sáng mùa Xuân, tôi ra vườn sau ngắm những cánh hoa vừa nở. Một vẻ đẹp dịu dàng và tươi mát làm cho khu vườn nhỏ ấm áp và thân mật. Tôi nhìn những chú ong bay lượn trong không trung. Chắc chắn những chú ong này đang tìm các loại phấn hoa đem về làm mật. Tôi nhớ đến hai câu thơ mộc mạc in ở bìa một cuốn sách giáo khoa, dưới hình vẽ mấy bông hoa và mấy chú ong hút mật:

"Ong bay đây đó tìm hoa,
Để rồi làm mật, gọi là mật ong."

Có lẽ trên đời này không còn chất mật nào thơm ngon, quyến rũ cho bằng mật ong. Chất mật ấy được chế tạo bằng mật hoa và phấn hoa. Phải, cái thứ phấn hoa làm cho những người bị dị ứng hắt hơi xổ mũi tùm lum, lại là một chất liệu để ong chế biến thành một thứ mật có hương vị vô cùng ngọt ngào quyến rũ. Thế thì, thật sự phấn hoa đâu có đáng ghét và đâu lỗi lầm gì. Cái khiến cho người ta bị dị ứng có lẽ là sự cấu tạo của cơ thể chính họ.

Tôi nghĩ đến bạn và mỉm cười bâng quơ. Bạn đã chọn thái độ đúng nhất: không trách phấn hoa, không ghét mùa Xuân, cũng chẳng nhận lỗi về phần mình. Bạn chỉ nhận thức rằng: khi Trời gửi cho mình một chút phấn hoa khiến cho mình xổ mũi, thì có nghĩa là Trời đặc biệt chú ý đến mình, và vì thế chọc ghẹo mình tí chút. Bị người chọc ghẹo, đôi khi còn cảm thấy vui, huống hồ được Trời chọc ghẹo, chẳng lẽ mình lại không thấy vui sao? Chính vì thế càng bị xổ mũi vì phấn hoa, bạn càng thấy mình được "Trời thương" và càng giúp Trời làm cho nở thêm nhiều... bông hoa trắng!

Tôi mong ước được giống như bạn, và cùng với bạn, được giống Chúa Kitô. Ngài yêu thương tất cả mọi người, chịu đựng tất cả mọi hoàn cảnh, thông cảm với tất cả mọi cảnh đời. Ngài cúi xuống nâng đỡ, chăm chút từng tâm hồn, như người chủ vườn cúi xuống nhìn ngắm và săn sóc từng bông hoa. Ngài yêu tất cả mọi đoá hoa, bất kể hình dáng, màu sắc, hương thơm. Ngài không sợ bị phấn hoa làm cho xổ mũi, mặc dù chắc chắn Ngài rất nhạy cảm; cũng chẳng sợ bị gai cào xước bàn tay. Bởi vì Ngài là người chủ vườn nhân hậu, đầy yêu thương và giàu lòng quảng đại.

Và với tâm tình như thế, tôi thấy mùa Xuân Thượng Đế ban cho con người thật đẹp. Mặc dù bây giờ tôi không bị dị ứng với phấn hoa, nhưng nếu sau này có mang chứng đó, chắc chắn tôi sẽ thấy mùa Xuân vẫn đẹp.

QUYÊN DI

VŨ HOÀNG THƯ

Tháng chạp đìu hiu

tháng chạp đìu hiu
[thật sao ?]
bài thơ cũ nỗi lao đao rối bời
em về
có ngọn gió rơi
thổi tôi căm lạnh
        mắt hời hợt đeo
với mưa dội
buốt chân đèo
với môi lành lạnh
tình leo
        để dành

Dec. 2017

.

Đêm lạnh

ở giữa đêm
        lạnh bỗng về
dấu bờ lưng
ngập thoáng mê nhớ người
ở trong khuya
        một bóng mờ
ngỡ là em
tình có chờ rủ rê?

VŨ HOÀNG THƯ
Jan. 2016

NGUYỄN MINH TRIẾT

**

NHỚ VỀ TRẬN BÃO LỤT GIÁP THÌN 1964 VÀ SỰ PHÁ SẢN CỦA KHU KỸ NGHỆ AN HÒA-NÔNG SƠN

Rồng là con vật tưởng tượng của phương Đông có liên quan mật thiết đến khí tượng và thời tiết. Vì vậy, ở Việt Nam trong những năm Thìn thường hay có bão lụt, nhưng đặc biệt là các trận bão lụt tàn phá kinh hoàng nhứt lại xảy ra vào các năm Giáp Thìn theo đúng chu kỳ 60 năm. Ngược thời gian 180 năm, ta có 4 trận bão lụt khó quên mà dân chúng Việt Nam vẫn luôn bị ám ảnh qua cụm từ "bão lụt năm Thìn" đã chứng nghiệm chu kỳ 60 năm vừa nói.

Trận bão lụt năm Giáp Thìn 1844 xảy ra thời vua Thiệu Trị đã làm kinh đô Huế chìm trong mưa to gió lớn, nước ngập sâu 4 m làm nhiều công trình kiến trúc trong kinh thành và đình chùa miếu mạo bị hư hỏng. Tỉnh Thừa Thiên bi thiệt hại hơn 1000 người chết, 2000 nhà bị sập hoàn toàn. Tại Quảng Trị nước ngập sâu 7 m, 79 người chết đuối và hơn 3000 nhà bị sụp đổ...

Trận bão lụt năm GiápThìn 1904 xảy ra đúng 60 năm sau đó đã tàn phá nặng nề hầu như khắp miền Nam Việt Nam với nhiều đợt Sóng Thần cao 10 m và mưa lớn làm nước lụt dâng nhanh, nhiều nơi ngập sâu 3 m. Trận bão lụt năm Giáp Thìn 1904 làm 5000 người chết trôi, 60% nhà cửa bị sập, 80% gia súc chết. Cơn bão đi qua, niềm đau ở lại. Dân làng khắp miền Nam đã tổ chức các cuộc đi tìm chôn xác, gặp đâu chôn đó, nhiều vô kể. Tiếng khóc vang vọng một vùng. Thảm nạn người thân chết hay "xiêu vợ lạc chồng" quá nhiều đã in sâu vào tâm trí và được thể hiện qua một số câu ca dao được sáng tác ghi nhớ sự kiện này như:

"*Dốc nào cao bằng dốc Châu Đốc*
Gió nào độc bằng gió Gò Công
Một trận đông phong xiêu vợ lạc chồng
Em nằm nghĩ lại nước mắt hồng tuôn rơi".

"... Gặp em đây, mới biết em còn
Hồi năm Thìn bão lụt, anh khóc mòn con ngươi..."

Sáu mươi năm tiếp theo tức năm Giáp Thìn 1964 đến lượt miền Trung chịu một trận bão quét qua nhiều tỉnh gây thảm nạn về người cũng như nhà cửa và mùa màng cao nhứt lịch sử và đã để lại nhiều ký ức khó quên cho những người sống ở thế hệ đó:

"Một tháng quê hương không bóng mặt trời
Một tháng quê hương mưa gào gió thét
Đất Quảng thân yêu người người rên siết
Sáu mươi năm lại đến 'họa năm Thìn'
Thảm nạn này biết thuở nào quên!" (Tường Linh)

Năm nay, đúng hẹn trận bão lụt Giáp Thìn 2024 còn được gọi là bão Yagy đã xảy ra đúng chu kỳ 60 năm như một lời nguyền bất hạnh đã đến viếng các tỉnh phía Bắc và cũng tàn phá nhiều vùng rộng lớn, gây thiệt hại nặng nề cho nhiều tỉnh thành miền Bắc Việt Nam, nhưng vì chưa có thống kê đầy đủ nên xin sẽ đề cập vào một dịp khác.

Bài viết này sẽ chỉ nhắc nhớ về trận bão lụt năm Giáp Thìn 1964 vì là trận 'bão lụt Năm Thìn' gần đây nhứt đã gây ra nhiều thảm nạn to lớn về nhiều phương diện từ nhân mạng, nhà cửa, của cải vật chất, hoa màu, gia cầm đến gây hại cho kế hoạch phát triển kinh tế cũng như về phương diện an ninh quốc gia..

Người viết bài này khi ấy đang làm việc tại Khu Kỹ Nghệ An Hòa-Nông Sơn nằm trong địa bàn quận Đức Dục, tỉnh Quảng Nam là vùng mà tâm bão đã càn quét qua. Do đó, người viết đã trải qua những giờ phút kinh hoàng cũng như chứng kiến những thảm cảnh nát lòng do trận bão năm Thìn 1964 đã để lại. Tuy 60 năm đã trôi qua nhưng những ký ức về những ngày đêm trời đất lên cơn thịnh nộ đó vẫn còn rõ rệt trong trí nhớ, không thể nào quên.(***)

******

Trận bão lụt năm Giáp Thìn 1964 là trận bão lụt đã gây tổn hại to lớn nhứt trong lịch sử vì đó là một trận bão gộp lại từ 3 trận bão nối tiếp nhau thổi vào miền Trung, có tên gọi theo cơ quan khí tượng quốc tế là bão IRIS, bão JOAN và bão KATE. Ba trận bão này đã đổ mưa liên tục 12 ngày vào các ngày 4, ngày 8 và ngày 16 tháng 11 năm 1964, trong đó trận bão JOAN gây ra nhiều thiệt hại nặng nề nhứt, mặc dù mỗi cơn bão đều làm trầm trọng thêm tác động của các cơn bão trước đó.

Trước khi ghi lại sự tàn phá của trận bão Năm Thìn 1964 thiết nghĩ nên biết qua về địa thế của khu kỹ nghệ An Hòa và mỏ than Nông sơn vì có liên hệ trực tiếp đến trận bão lụt đó. Cả hai cơ sở này nằm hai bên tả hữu thuộc miền trung du của con sông Thu Bồn là con sông bắt nguồn từ vùng núi rừng đại ngàn Trường Sơn rồi vươn mình chảy qua tất cả những mãnh đất của núi rừng miền Tây Quảng Nam. Ở thượng nguồn, con sông hung dữ, mạnh mẽ, trườn mình luồn lách qua những dãy núi cao, rừng sâu để đến vùng trung du có phần thư thả trước khi trở nên hiền hòa trên khu vực đồng bằng ven biển.

Mỏ than Nông Sơn là một mỏ than nằm bên tả ngạn sông Thu bồn trong dãy Trường sơn thuộc tỉnh Quảng Nam có trữ lượng trên 3,5 triệu tấn đã được khai thác từ thời nhà Nguyễn bằng các phương tiện thủ công thô sơ. Sau đó, dưới thời Pháp thuộc, 2 công ty người Pháp kế tiếp nhau khai thác một thời gian rồi bỏ dở vì Thế Chiến Thứ Hai. Đến năm 1957, vì đây là mỏ than duy nhứt ở phía nam vĩ tuyến 17 nên chánh phủ Đệ Nhất Việt Nam Cộng hòa ưu tiên cho khôi phục hoạt động của mỏ than trở lại để làm một phần nồng cốt trong kế hoạch xây dựng Khu kỹ nghệ An Hòa-Nông Sơn.

Trong khi chờ đợi một Ủy ban gồm các chuyên gia Pháp, Đức và Mỹ khảo sát và nghiên cứu sự khả thi của kế hoạch, mỏ than Nông sơn với sự trợ giúp kinh phí của cơ quan USAID, đã canh tân lề lối khai thác nên trong 4 năm đã tăng năng suất khai thác từ vài chục ngàn tấn lên được 80.000 tấn than/năm. Đến năm 1962 thì nhờ tăng thêm thợ mỏ năng suất tăng lên vượt bực thành 120.000 tấn/năm.

Cũng trong năm 1962, tường trình của Ủy ban khảo sát và

nghiên cứu cho thấy vùng An Hòa-Nông Sơn có đầy đủ các yếu tính để hình thành một khu kỹ nghệ phát triển bền vững trong mọi phương diện về tài nguyên thiên nhiên phong phú cũng như về những phương tiện giao thông đều đầy đủ ngoại trừ đia thế của khu kỹ nghệ có phần hiểm trở và nằm sâu trong vùng gần các mật khu của Việt Cộng.

Để khắc phục điểm yếu này chánh phủ Ngô Đình Diệm đã lập thêm một quận mới là quận Đức Dục trong đó có địa bàn của khu Kỹ nghệ An Hòa-Nông Sơn để phối hợp với quận Thường Đức cách đó 30 km thành các cứ điểm quân sự liên hợp bảo vệ cho Khu Kỹ nghệ Nông Sơn đồng thời án ngữ sườn phía tây cho vùng Quảng Nam, Đà Nẳng ngăn chặn Cộng quân tiến xuống vùng đồng bằng ven biển. Mặc khác, có thể chánh phủ đệ nhứt Việt Nam Cộng Hòa cũng tin tưởng vào sự bảo vệ hữu hiệu của Sư đoàn 2BB của Quân lực Việt Nam Cộng Hòa có Bộ Tư lệnh đóng tại Đà Nẳng nên đã chánh thức cho thành lập Khu Kỹ nghệ An Hòa-Nông sơn bằng Sắc lệnh số 1 ký ngày 4 tháng 1 năm 1962.

Mục đích của kế hoạch xây dựng Khu Kỹ nghệ An Hòa-Nông sơn là nhằm:

Giai đoạn 1:

Khai thác than đá tại mỏ than Nông Sơn để cung ứng nhu cầu nội địa, xuất cảng và đặc biệt đáp ứng nhu cầu của nhà máy phát điện An Hòa sắp được xây dựng,

Xây dựng một nhà máy phát điện bằng cách đốt than đá được mỏ than Nông Sơn khai thác và cung cấp.

Xây dựng một nhà máy chế xuất phân bón sử dụng khí sulfur thải ra từ việc đốt than của nhà máy điện để sản xuất phân u-rê và các loại phân phụ phẩm khác.

Giai đoan 2:

Một nhà máy chế tạo chất “soude” và chất “chlore”;

Một nhà máy nhựa hóa học loại “Chlorure de Vynile”;

Một nhà máy nhựa hóa học loại “Formica” (urée dimethyl);

Một nhà máy thủy tinh xử dụng cát trắng Đà-Nẳng;

Một nhà máy xi- măng

Một sở trồng tre và Một nhà máy chế tạo bột giấy;

Theo dự trù khi kế hoạch giai đoạn 1 hoàn thành thì sản lượng than sẽ là 250.000 tấn mỗi năm, trung tâm điện lực sẽ có công suất 25.000kW, nhà máy phân bón sẽ sản xuất mỗi năm 42.000 tấn u-rê, 48.000 tấn sulfate d'ammonium, khai thác các mỏ cao lanh để sản xuất gạch, ngói .v.v… Điện và phân bón được ưu tiên cung ứng cho các chương trình điện khí hóa và phát triển nông nghiệp cho vùng đất "cày lên sỏi đá" từ bao đời ở các tỉnh thuộc khu vực phía bắc Trung phần từ Quảng Trị vào tới Phú Yên.

Trong các năm đầu của kế hoạch cho đến năm 1963 các công trình xây dựng đều diễn tiến tốt đẹp. Tại mỏ than Nông Sơn sản lượng than tăng trưởng đáng kể với khoảng 80.000 tấn/năm so với thời Pháp thuộc chỉ hơn 10.000 tấn/năm. Ở khu kỹ nghệ An Hòa, việc xây dựng các hạ tầng cơ sở cũng tiến hành khả quan. Về nhân sự Khu kỹ nghệ An Hòa-Nông Sơn đã tuyển dụng rất nhiều công nhân viên tại địa phương và đặc biệt thu hút giới trẻ từ vài thành phố lân cận như Đà Nẳng, Hội An. Các kỹ sư và chuyên viên hầu hết được tuyển dụng từ Sài Gòn.

Địa giới của Khu Kỹ Nghệ An Hòa-Nông Sơn nằm trong quận Đức Dục là quận mới được thành lập thuộc tỉnh Quảng Nam, cách Đà Nẳng khoảng 30 km và gồm 2 khu vực cách xa nhau:

a/. Khu Kỹ nghệ An Hòa là khu vực sẽ xây các nhà máy điện và phân bón nằm ở vùng đất lòng chảo rộng lớn bằng phẳng bên hữu ngạn sông Thu Bồn cách Nông Sơn khoảng 10 km số về phía thượng nguồn. Để nối kết với Đà Nẳng, Khu Kỹ nghệ có xây 1 phi trường nhỏ dành cho phi cơ Cessna và một đường sắt có sẳn nối kết Khu Kỹ nghệ với đường sắt Xuyên Việt tại ga Trà Kiệu để vận chuyển than đá ra thị trường và sau này vận chuyển các vật liệu nặng cũng như máy móc từ Sài-gòn ra để xây dựng hạ tầng cơ sở và các nhà máy.

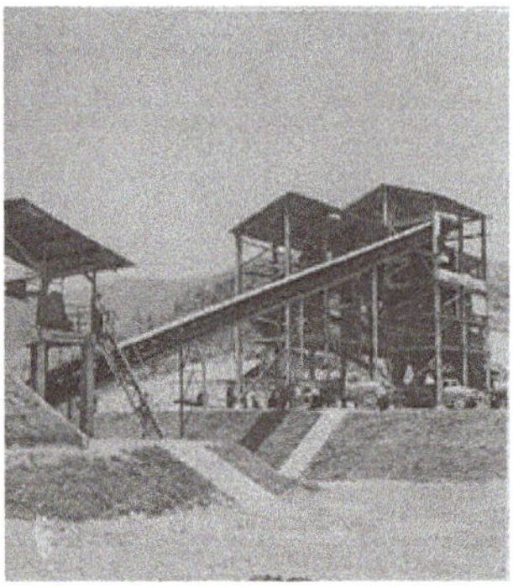

b/. Khu mỏ than Nông sơn là một ngọn núi trọc có đỉnh cao 298m, tách biệt với dảy Trường Sơn xung quanh bao bọc bởi các thung lủng. Mỏ than nằm bên tả ngạn sông Thu Bồn và cách khu An Hòa khoảng 10 km về hướng hạ nguồn, đối diện bên kia sông là núi Cà Tang cao 462 m với làng Cà Tang và làng Trung Phước…nằm ở vùng lưng chừng sườn núi. Ngay sát bờ sông Thu Bồn là bến cho ca-nô, xà lan của mỏ than neo đậu, kế bên là khu xóm có nhà cửa của công nhân, của một số dân buôn bán thức ăn và hàng hóa linh tinh. Trên triền núi khá cao so với bờ sông là khu văn phòng làm việc của mỏ than và một khu nhà khác nữa của công nhân viên. Trước khu văn phòng và dọc theo bờ sông là một khoảng sân rộng lớn để chứa những ụ than cao ngất ngưởng đã được sàn lọc trước khi được xà-lan chở đi An Hòa giao cho xe lửa tại bến sông Kỳ Lam để vận chuyển vào Sài Gòn. Vì than ở Nông Sơn có nhiều lưu huỳnh nên trong quá trình sản xuất quặng than phải được rửa lọc bỏ phụ phẩm. Một nhà máy sàn lọc rửa than được xây dựng mới vào năm 1961 và Tổng Thống Ngô Đình Diệm đã đích thân ra mỏ than làm lễ khánh thành.

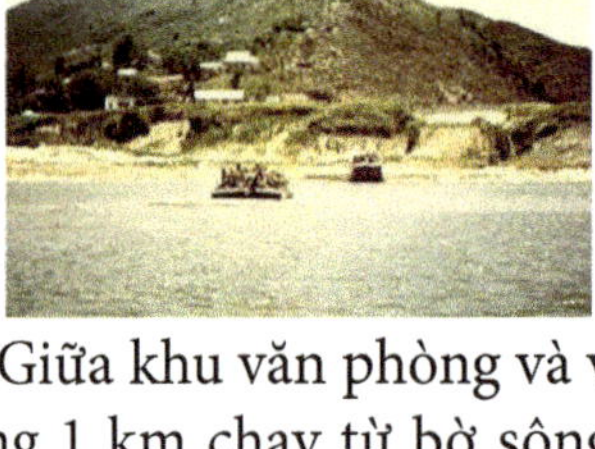

Giữa khu văn phòng và vùng sân rộng là con đường đá dài khoảng 1 km chạy từ bờ sông Thu Bồn vào khu vực khai quật than đá nằm sâu trong rặng núi cao. Trên triền đồi cao hơn khu văn phòng là khu nhà ở cho kỹ sư và chuyên viên. Tiếp tục đi lên chóp đỉnh của ngọn núi cao 298 m nằm giữa khu mỏ than là khu vực của quân đội thuộc Sư đoàn 2BB đặt một khẩu đội đại bác 105 ly có nhiệm vụ tác xạ yểm trợ cho các đơn vị hành quân lục soát hoặc các đồn bót bảo vệ vòng ngoài cho khu mỏ than. Tất cả các cơ sở nhà ở và văn phòng đều nhìn xuống dòng sông Thu Bồn. Vào lúc đỉnh điểm, Khu Mỏ than có khoảng 1000 công nhân viên và thợ mỏ từ các thôn làng bên kia sông qua phà để vào làm việc khai thác than mỗi ngày 2 ca, đôi khi 3 ca.

Vì địa bàn của khu kỹ nghệ An Hòa-Nông Sơn quá gần các mật khu của VC nên thỉnh thoảng Cộng quân pháo kích phá rối vào mỏ than, vào các công trường xây dựng và những cung đường bộ quanh khu vực cũng bị đặt mìn. Nhưng tình hình chung của Khu Kỹ nghệ An Hòa-Nông sơn tương đối an toàn cho đến khi bị trận bão lụt 1964 tàn phá. Tính đến đầu năm 1964 sản lượng của mỏ than Nông Sơn đã tăng trưởng đều đều mỗi năm. Các công trình xây dựng tại khu Kỹ nghệ An Hòa như khu làm văn phòng và các khu nhà làm nơi trú ngụ cho kỹ sư và chuyên viên đã hoàn thành, một bệnh viên, một trường học đã đi vào hoạt động và các hạ tầng cơ sở cho các nhà máy đã bắt đầu được khởi công.

Giữa không khí hoạt động khai thác và xây dựng rộn rịp đó thì trận bão lụt năm Thìn 1964 xảy đến đã tàn phá nặng nề các tỉnh từ Thừa Thiên-Huế, Quảng Nam, Quảng Ngãi, Bình Định, Phú Yên. Riêng tỉnh Quảng Nam, trong đó quận Đức Dục bị trận bão lụt năm Thìn 1964 gây thiệt hại nặng nề nhứt về người, về mùa màng và về của cải vật chất. Và điều tệ hại hơn cả là trận bão lụt năm Thìn 1964 đã mở đầu cho giai đoạn phá sản của Khu Kỹ nghệ An Hòa-Nông Sơn, một kế hoạch phát triển kinh tế quốc gia đầy tiềm năng.

Như đã nói ở trên trận bão lụt đại họa năm Thìn 1964 là kết quả của 3 cơn bão liên tục thổi vào miền Trung Việt Nam trong 12 ngày đêm khởi đi từ đầu tháng 11 năm 1964 với nhiều cơn mưa trút nước không dứt rồi biến thành một trận bão lụt kinh hoàng đánh thẳng vào tỉnh Quảng Nam, tàn phá toàn tỉnh và các tỉnh lân cận như Thừa Thiên Huế, Quảng Trị, Quảng Tín, Quảng Ngãi và làm chết gần 10,000 người trong đó riêng quận Đức Dục thuộc tỉnh Quảng Nam có khoảng 2500 người chết vì là vùng đất bị tâm bão càng quét qua.

Khu mỏ than Nông Sơn nằm ngay trong vùng tâm bão nên bị ảnh hưởng ngay từ những ngày đầu tháng 11 năm 1964, tính theo âm lịch là tháng 10 năm Giáp Thìn. Các trận mưa như trời sa xuống đất 9, 10 ngày không ngớt, trời đất tối sầm, ban ngày mà như đêm, càng ngày mưa càng nặng hạt hơn. Vì là vùng đồi núi, nước mưa theo triền núi cuồn cuộn đổ về các sông suối, nước tràn ngập các xóm làng và đoạn sông Thu Bồn chảy ngang qua khu mỏ than nước đã tràn bờ. Tuy vậy, mưa vẫn không ngừng trút nước và nước từ núi cao đổ xuống kéo theo đất đá ầm ầm vang dội núi đồi. Theo tài liệu thủy văn lưu trữ tại mỏ than, mực nước sông Thu Bồn đoạn chảy qua mỏ than lúc đỉnh điểm đã dâng lên cao tới 22 mét.

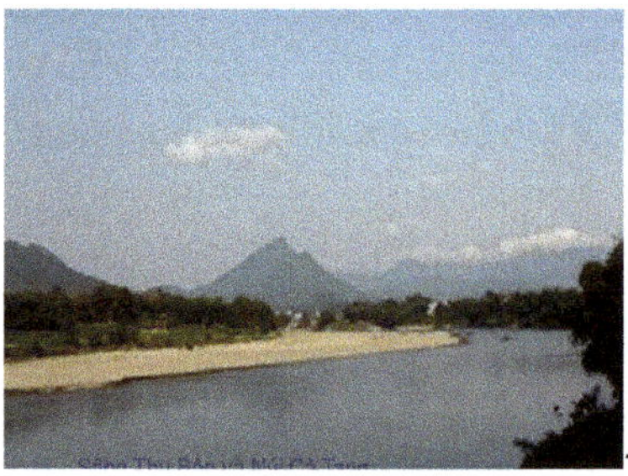

Từ căn phòng trong khu nhà dành cho chuyên viên được xây khá vững chắc trên lưng chừng núi, người viết nhìn xuống xuyên qua màn mưa mờ mờ thấy mực nước sông Thu Bồn dưới kia đã dâng rất cao, nước ngập phủ kín hết khu dân cư gần bờ sông. Do mưa tầm tả và dòng sông Thu Bồn chảy xiết, nên mỏ than đã đóng cửa từ nhiều ngày trước. Những ngày thường trước đây khu vực này lúc nào cũng sinh động với người đi tới lui và các xe cơ giới di chuyển làm việc. Giờ nước tràn ngập khắp nơi, khu dân cư gần bờ sông chỉ còn năm ba nóc nhà nhô khỏi mặt nước, khu sân rộng lớn trước khu văn phòng thường dùng làm bãi chứa than và bãi đáp cho trực thăng cũng chìm trong biển nước. Tòa nhà sàn lọc rửa than bằng kim loại cao 4 tầng ở phía bên kia khu sân rộng bị nước ngập quá nửa và các đống than đá đã sàn lọc xong cao nghệu nằm cạnh bến xà lan cũng không còn nhìn thấy nữa.

Hình ảnh mỏm núi Cà Tang bên kia sông cũng mờ mịt khi ẩn khi hiện trong màn mưa dày đặc.

Toàn cảnh khu mỏ than đắm mình trong mưa trông thật là tiêu điều và thê lương trong ánh sáng le lói của một ngày sắp tắt. Thỉnh thoảng những tia chớp lóe lên tiếp theo là những tiếng gầm vang dội núi đồi khiến cho khung cảnh thê lương càng thêm ma mị.

Mưa càng to, dòng nước sông Thu Bồn càng chảy xiết, dòng chảy khi vừa qua khỏi khu mỏ than thì đổi hướng uốn mình về hướng tay phải khiến dòng nước lúc bình thường đã không được êm ả, nay càng giận dữ với sóng gió ầm vang. Dòng nước sông đục ngầu chảy xiết từ thượng nguồn đổ về với vận tốc rất nhanh mang theo nó đủ loại rác nào cây cối trốc gốc, những mái nhà tranh, xác trâu bò, gia súc...Dòng chảy khi đến đoạn trước mỏ than bị rẻ phải nên dội vào vách núi quay vòng tạo thành một con xoáy lớn ngay bên trên khu dân cư bị ngập nước.

Theo các tài liệu về trận bão thì sức mạnh của dòng nước cuồn cuộn đổ về từ thượng nguồn hợp với khối nước từ núi cao tràn xuống mạnh đến nỗi xé toạc từng cụm, từng mảng núi, cuốn theo những tảng đá to như cái nhà đủ sức tàn phá tất cả những gì nằm trên những nơi nó đi qua. Hằng năm cứ gần đến mùa bão là dân chúng trong các thôn làng lân cận đều lo chằng chống nhà cửa, đưa gia cầm, của cải lên những khu đất cao để tránh lụt. Nhưng, chẳng ai ngờ trận bão lụt năm Thìn 1964 mực nước lại vượt quá cao hơn những nơi mà dân làng mọi năm vẫn thường kéo lên để tạm trú. Cho nên, khi mưa to, lũ lên nhanh, những người trong làng tập trung tránh lụt trên các vùng đất cao như thường lệ bất ngờ bị nước lũ cùng với cây cối bị bật gốc từ đầu nguồn đổ xuống, càn quét qua cuốn đi hết sạch... Hàng trăm người già, trẻ, lớn, bé ngã vào dòng nước chảy xiết chới với kêu la. Họ hoặc trôi lạc theo dòng nước hung tợn về hạ nguồn hoặc may mắn sống sót khi trôi vướng vào các bụi tre hay cây cổ thụ gần đó. Cũng có cảnh nhiều nhà ở dọc bờ sông, khi nước ngập, cả nhà leo lên nóc bị nước cuốn cả mái nhà trôi ra sông. Nhiều người cố bám trên nóc nhà bị trôi theo dòng nước trong vô vọng. Bi thương nhứt là những cảnh ngộ cha nhìn thấy con, vợ nhìn thấy chồng, anh nhìn thấy em đuối sức thả tay chết trước mắt mà không làm sao cứu được.

Tại khu mỏ than khi màn đêm đen kịt hoàn toàn bao trùm cả vùng đồi núi xung quanh không còn nhìn thấy gì. Người viết nằm bất động trong căn phòng riêng nghe tiếng gió rít và tiếng mưa đổ xuống từ mái nhà chảy tràn bên ngoài cửa sổ, biến tấm kính cửa thành một bức màn bạc chập chờn những hình ảnh ma quái. Thỉnh thoảng những ánh chớp lóe sáng, tiếp theo là những tiếng sấm vang vội núi đồi khiến người viết lòng càng bồn chồn, thao thức. Nhớ lại tình huống chạy tránh bão lũ nghe được từ một số nhân viên trong nhiều ngày qua khiến người viết cảm thấy trống vắng và cảm thương cho thân phận con người quá nhỏ bé trước những cơn thịnh nộ của trời đất.

Bỗng giữa thanh vắng của đêm xen kẻ trong tiếng mưa đã dịu đi phần nào người viết nghe văng vẳng từ phía các xóm làng ở sườn núi đối diện bên kia sông tiếng kêu la, tiếng va chạm ầm ầm vọng lại trong tiếng gió, bèn ngồi bật dậy tập trung lắng nghe thì có thể nhận rõ một hỗn hợp những âm thanh như tiếng khóc, tiếng la, tiếng gào thét, tiếng rống của trâu bò pha chen lẫn lộn với tiếng gió rít và tiếng mưa đêm. Giữa một không gian đen kịt, hổn hợp âm thanh đó có lúc khá rõ, có lúc xa vẳng lạnh lùng như từ cõi âm ty vọng lại. Một lúc sau thì không còn nghe gì nữa ngoài tiếng gió thổi nước mưa đập vào khung kính cửa sổ, người viết nằm thao thức đến gần sáng mới thiếp đi vào giấc ngủ nhiều mộng dữ. Sau này, được biết những tiếng la khóc nghe được đêm qua là lúc dân chúng các xóm làng bên kia sông bị nước lũ cuốn trôi!

Hôm sau lúc thức dậy lúc trời đã sáng rõ và mưa đã không còn ào ạt như tối hôm qua. Nhìn ra xung quanh, thấy một vùng toàn nước đục ngầu rộng mênh mông, mực nước lũ dâng cao mấp mé lên gần khu nhà công nhân viên ở lưng chừng triền núi phía dưới. Xa xa dòng sông Thu Bồn nước đục ngầu vẫn đang còn cuồn cuộn chảy cuốn theo đủ thứ rác rưởi....

****

Khi nước sông Thu Bồn rút dần những cảnh tiêu điều, xơ xác dọc các thôn xóm hai bên bờ sông lần lần lộ ra. Cảnh tượng thương hải tang điền đầu tiên là khu nhà dân cạnh bờ bến phà của mỏ than bị cát chôn dùi phủ kín mất dấu. Và thiệt hại sơ khởi của mỏ than là tất cả những ụ than cao ngất đã sàn lọc xong cùng với nhiều xà-lan, ca-nô neo cạnh bờ sông đều bị nước lũ cuốn trôi hết. Đó là chưa kể những thiệt hại do lũ lụt gây ra cho mỏ than là hầu như tất cả các vật tư, máy móc cơ giới, xe cộ bị hư hại do chìm ngập trong nước nhiều ngày….và những tác hại lâu dài về phương diện kinh tế do kế hoạch phát triển quốc gia bị đình trệ cũng như công tác an ninh bình định trong vùng bị phá sản …

Khi nước lũ rút khá nhiều, người viết theo chân một số nhân viên địa phương đi quan sát các hậu quả của trận bão lụt tại các thôn xóm gần khu mỏ than mới thấy và nghe được nhiều câu chuyện não lòng. Cảnh vật dọc hai bên bờ sông Thu Bồn đều tiêu điều xơ xác. Khi đến gần các thôn xóm yên bình sung túc lúc trước nay là một cảnh tượng kinh hoàng. Khi chúng tôi đi đến khu vực ngôi làng trù phú trước kia giờ không còn dấu tích, nhà cửa trôi hết không còn một nóc nhà, không còn một ngọn cây. Một vùng đất xưa kia một thời đã in dấu chân của thi sĩ Bùi Giáng rong chơi cùng bầy dê của ông, bây giờ khắp ruộng đồng bao phủ một màu trắng đục của bùn non. Hoảng sợ hơn là xác người chết nằm ngổn ngang, nhiều xác vùi sâu dưới bùn với một cánh tay hay một bàn chân lộ cao khỏi lớp bùn non xen lẫn cùng những cây trốc gốc, đủ thứ loại rác rưởi cùng với xác trâu bò và các loại gia cầm nằm la liệt khắp nơi... Tất cả xác người và xác thú đã trương phình và bốc mùi hôi thối. Ruồi bu kín đen trên các xác chết, khi nghe tiếng động thì bay lên loạn xạ. Có những xác chết vướn mắc trong các bụi tre hay ngọn cây cổ thụ…trông thật rùng rợn.

Ông Lương Mân, người sống sót duy nhứt trong gia đình 10 người và là một trong số 19 dân làng Đông An may mắn thoát chết nhờ bám được vào một cây mít, sau đó dòng nước trở nên hung tợn hơn, ông và cây mít bị cuốn trôi về hạ nguồn và ông được cứu sống tại nơi cách làng Đông An rất xa. Ông cho biết làng Đông An là ngôi làng có nhiều người chết nhứt trong trận bão lụt lịch sử năm Giáp Thìn 1964. Trước năm 1964, cả làng Đông An có 395 hộ gia đình, sau trận lụt năm Thìn 1964, tất cả nhà trong làng bị cuốn trôi và làng mạc bị san phẳng. Tổng cộng 1.485 dân làng đã bị chết mất xác do bị cuốn trôi theo dòng lũ, trong đó có 888 người có độ tuổi từ 1 đến 16 tuổi.

Tiếp sau Đông An là làng Cà Tang bị thiệt hại với 300 người bị chết vì lụt. Nhưng những cái chết ở ngôi làng này rất là thương tâm. Theo lời kể của bà Lục, môt dân làng sống sót kể thì khi nước lụt dâng cao, trong ánh sáng chập choạng tối, bà nhìn thấy khắp làng, người nào cũng leo hết lên nóc nhà. Khi nước lũ lên quá cao, nhiều gia đình, dòng họ cùng tránh lụt trên nóc nhà, lúc biết không thể thoát được thảm nạn, họ đã lấy sợi dây gàu để múc nước cột tay lại với nhau, với hi vọng không xác ai bị thất lạc. Và chỉ sau đó ít phút, bắt đầu những tiếng kêu to chới với xé màn đêm át cả tiếng gió khi các ngôi nhà bắt đầu đổ ập trôi theo dòng nước chảy siết, trong có đó nhà của bà Lục với 15 nhân mạng. Sau này khi nước rút đi, những người còn sống sót đi tìm người thân đã bắt gặp nhiều "dây xác" dính chùm như vậy.

Kế sau Cà Tang là làng Đá Ngang. Ngôi làng nhỏ có 50 gia đình sống nơi mạn sông Thu Bồn đã bị nước lũ cuốn trôi hơn 150 người làm ngôi làng gần như bị xóa sổ. Kế đến là thôn Đại Bình xanh tươi với những vườn cây ăn trái đủ loại đã bị nước lụt cướp đi hơn 90 sinh mạng. Nhưng thay vì vùi trong bùn non, những người tìm thấy xác ở Đại Bình đều lấp sâu trong cát. Rồi đến làng Bình Yên nước lũ làm chết hết 30 người; Thạch Bích chết 14 người, số làng còn lại, không nơi nào dưới 10 người và phần lớn, đều không tìm thấy xác…

Sau khi thảm nạn xảy ra, chánh quyền Việt Nam Cộng hòa lúc bấy giờ đã thành lập một Ủy ban   Cứu trợ do Phó Thủ tướng đứng đầu. Ủy ban đã tổ chức họp báo quốc tế tại Saigon cho hay một đợt lũ lớn nhứt lịch sử do 3 cơn bão liên tiếp đổ bộ vào các tỉnh miền Trung Việt Nam đã gây thiệt hại nặng nề chưa từng có cho các tỉnh từ Thừa Thiên-Huế đến Bình Định, nhưng 3 tỉnh bị nặng nhứt là Quảng Nam, Quảng Tín và Quảng Ngãi.

Tỉnh Quảng Tín (là tỉnh mới, tách ra từ tỉnh Quảng Nam) có 1.270 người thiệt mạng, 14.250 nhà cửa bị cuốn trôi, súc vật chết 83%, hoa màu thiệt hại 100%. Tỉnh Quảng Ngãi 1.000 người thiệt mạng, 14.000 nhà cửa bị lũ cuốn trôi, súc vật chết 80%, hoa màu thiệt hại 80%.Thành phố Đà-Nẳng có 642 căn nhà bị nước lũ cuốn sập, 25 ghe chìm. Toàn tỉnh Quảng Nam là địa phương bị thiệt hại nặng nhất về người cũng như của cải vật chất gồm có 2.500 người thiệt mạng, 22.447 nhà cửa bị trôi, 96% hoa màu bị thiệt hại. Riêng thiệt hại của khu kỹ nghệ An Hòa thuộc quận Đức Dục sẽ được đề cập tới ở phần sau.

Theo con số công bố tại buổi họp báo, lượng mưa đổ xuống trong 10 ngày đầu tháng 11 là 1000 mm. Hơn 20.000 km2 đất bị ngập, xóa sổ nhiều xóm làng trong các thung lũng núi; các xóm làng ở đồng bằng ven biển nước lũ dâng cao 6 m khiến nhiều khu dân cư bị cuốn trôi và nhiều khu vực bị mất mùa toàn bộ. Tổng cộng khoảng 7000 người thiệt mạng và 54.000 ngôi nhà bị phá hũy, hơn 1 triệu người bị mất nhà cửa. Hàng ngàn con trâu cũng bị chết đuối trong lũ. Xác người và xác gia súc, gia cầm bị lũ cuốn theo dòng nước trôi về tận vùng biển ùn ứ lại tạo thành một bờ đê cũng như thay đổi một phần dòng chảy và mở thêm 2 cửa biển.

Tại cuộc họp báo Ủy ban Cứu trợ cũng kêu gọi đồng bào quốc nội và các tổ chức quốc tế tiếp tay cứu trợ. Đáp lời kêu gọi của chánh phủ, một nổ lực cứu trợ rộng rải của Hội Hồng Thập Tự và các quốc gia thân hữu như Hoa Kỳ, Anh quốc, Canada, Úc, New Zealand, Philippines... đã gởi tiền cùng nhiều vật phẩm như thực phẩm, lều trại, vật tư y tế…đến để cứu giúp nạn nhân bão lụt. Về phía quốc nội, đông đảo đồng bào khắp các tỉnh, thành phố miền Nam, đặc biệt là học sinh, sinh viên, Phật tử và các đoàn Hướng Đạo tại vùng Sài Gòn - Gia Định đã tích cực tổ chức lạc quyên và thu gom được hàng chục tấn gạo và các nhu yếu phẩm khác rồi đem đến tận nơi phân phối cứu giúp đồng bào vùng lũ. Tuy nhiên, vì bão lụt làm các cầu đường bị hư hại nên giao thông gián đoạn và vì tình trạng chiến tranh nên các nhu yếu phẩm cứu trợ không thể đến tay tất cả nạn nhạn bão lụt, đặc biệt là các nạn nhân ở các vùng sâu vùng xa như các làng mạc quanh khu Kỹ nghệ An-Hòa và mỏ than Nông Sơn.

Do đó, phần lớn người dân ở các vùng này trong cơn hoạn nạn thì họ tự cứu nhau nhưng trong điều kiện, hoàn cảnh thời điểm đó mọi người đều nghèo xơ xác, toàn nhà tranh vách đất, một làng may ra mới có được vài chiếc ghe thô sơ, hoàn toàn không có xuồng máy. Khi bị nước cuốn trôi, mạnh ai nấy bu bám bất cứ vật gì vớ được và nếu may mắn được tấp vào một bờ tre, một nóc nhà còn vững hay một tàn cây to hoặc một gò đất nào đó thì may ra mới sống sót. Trận lụt Giáp Thìn 1964 đã mang đi bao nhiêu là mạng sống của dân làng, tàn phá gần hết sự sống của thiên nhiên, cây cỏ, động vật ở một miền quê tương đối trù phú trước đó. Sau lụt, để chống chọi với bệnh tật, thân nhân và dân làng phải gạt nước mắt ngoài việc lo an táng các xác thân nhân còn phải dọn và đem chôn hoặc dùng xăng đốt các xác động vật còn nằm lại các bụi tre, bờ bãi để tránh dịch bệnh lây nhiễm…

Do trận lụt kinh hoàng này, người xứ Quảng có câu nói "ông tha mà bà chẳng tha, hành cho trận lụt hăm ba tháng mười". Và nhà thơ Tường Linh, người con của đất Quảng đã sáng tác bài thơ "Thảm Nạn Quê Hương" đã ghi lại một cách tóm lượt đầy xúc động những tai ương khủng khiếp do trận bão lụt Giáp Thìn 1964 đã giáng xuống vùng đất quê hương của mình:

"*Không còn gì nữa cả*
Không còn gì nữa cả em ơi!
Một tháng quê hương không bóng mặt trời
Một tháng quê hương mưa gào gió thét
Đất Quảng thân yêu người người rên siết
Sáu mươi năm lại đến "họa năm Thìn"
Thảm nạn này biết thuở nào quên!
Biết thuở nào quên!
Một tối nước lên, nước tràn lên khủng khiếp
Cả ngàn người, cả vạn người không chạy kịp
Nước réo ầm ầm át tiếng kêu la
Chới với. Ngửa nghiêng. Người cuốn theo nhà
Nhà theo sóng. Người không thấy nữa

Nhìn con trôi, mắt cha máu ứa
Ngoi lên, tay vợ níu lưng chồng
Rồi hai người thành hai xác giữa mênh mông
Tấp vào bờ thây của người ông
Giữ xác cháu, hàm răng ghim áo cháu
Nhà có mười người, hết đường phấn đấu
Sợi dây dài vội vã thắt tay nhau
Cây nước tràn lên, cây nước phủ đầu
Một "dây xác" trôi về đâu, ai biết…

Còn bao cảnh não nùng, bi thiết
Nói không cùng, ghi chẳng hết em ơi!
Đất Quảng quê ta chết bốn ngàn người
Kể chung miền Trung còn hơn thế nữa!
Người sống sót không còn nhà cửa
Không áo cơm, khô cả lệ thông thường
Cắn vành môi nhìn lại một quê hương
Bỗng run sợ tưởng đây miền địa ngục

Quê hương ta: một hình hài ngã gục
Cà Tang ơi, Trung Phước, Đại Bình ơi!
Đông An, Bình Yên… nước xóa cả rồi
Đá núi lấp đồng, bùn sông lấp xóm
Mưa vẫn còn rây trên quê hương ảm đạm
Đồng hoang vu còn giữ những thây người
Những thây người! Không đếm hết, em ơi!
Em hãy ghi: Ngày mùng 6 tháng 10

Năm âm lịch Giáp Thìn, em nhé!
Ngày giỗ quê hương, dù bao thế hệ
Thảm nạn này biết thuở nào quên
Xót thương về, em hãy đốt hương lên!"

Tường Linh

Người viết bài này không phải là người Quảng Nam nhưng do cuộc đời đưa đẩy đã ra làm việc tại Khu kỹ nghệ An Hòa Nông Sơn nên đã trải nghiệm và chứng kiến tất cả sự tang thương gây ra bởi trận bão lụt năm Thìn 1964, nay ngồi viết lại, nhứt là khi đọc bài thơ của Tường Linh, tất cả những hình ảnh của một quá khứ kinh hoàng đau thương từ 60 năm trước ùa về và trang giấy bỗng nhiên nhạt nhòa!

******

Bên cạnh các thiệt hại khủng khiếp về nhiều phương diện cho cuộc sống của người dân các tỉnh miền Trung phía Bắc như được trình bày ở trên, trận bão lụt Giáp Thìn 1964 còn gây nhiều tác hại cho Khu Kỹ nghệ An Hòa-Nông Sơn. Điều thiệt hại trên diện hẹp là khu Kỹ nghệ không thể tiếp tục hoạt động sản xuất hay xây dựng gì được vì do lũ lụt nhiều khu đất bị sạt lở, nhiều cơ sở bị đổ sập, tất cả máy móc cơ giới bị ngâm trong nước lâu ngày đều bị hư hao nặng, trong khi đường bộ và đường xe lửa khắp nơi cũng bị lũ lụt làm gián đoạn nên các máy móc hay phụ tùng thay thế không thể đem từ Sài-gòn ra để tu sửa những thiệt hại do trận lũ lụt gây nên. Do đó, sau khi nước lụt rút đi khu mỏ than Nông Sơn và khu Kỹ nghệ An Hòa chỉ còn lo việc dọn dẹp và tu sửa một số các thiệt hại có thể làm được mà thôi. Mặt khác, sau lụt du kích VC cũng tăng cường hiện diện tại các thôn làng nằm giữa khu Kỹ nghệ và mỏ than nên sự liên lạc và chuyên chở than từ Nông Sơn đến An Hòa trở thành khó khăn. Hậu quả là không thể phục hồi các hoạt động bình thường trở lại. Do đó, sau lụt chỉ các nhân viên thật cần yếu mới được giữ lại, đa số bị cho nghỉ việc hoặc thuyên chuyển về Tổng nha ở Saigon. Các năm tiếp theo,tình hình an ninh càng lúc càng bất an với nhiều trận chiến đã diễn ra trên địa bàn của Khu kỹ nghệ An Hòa-Nông Sơn nên một số thiết bị được gỡ ra chuyển đi chỉ còn lại nền móng một số cơ sở, tường rào hay những cột trụ xây dựng dỡ dang.

Trên diện rộng, theo các giới chức Hoa Kỳ và Việt Nam thì thảm họa do trận bão lụt Giáp Thìn 1964 đã gây ra thiệt hại rất lớn cho nổ lực chiến tranh và bình định của Hoa Kỳ và Việt Nam Cộng Hòa. Một cố vấn quân sự Mỹ cho biết trận lũ lụt "làm hệ thống thông tin liên lạc của Mỹ bị tổn hại như bị phá hoại bởi hàng ngàn tấn thuốc nổ của Việt Cộng". Nước lũ đã phá hủy các cây cầu làm cản trở hoạt động vận tải đường sắt và đường bộ của lực lượng liên quân. Khoảng 320 km tuyến đường sắt dọc ven biển ở miền Trung bị nước cuốn trôi. Cây cầu nối Đà Nẳng với căn cứ của Sư đoàn 2BB ở đảo Sơn Chà bị lũ giựt sập. Ngoài ra, các cơ sở quân sự của quân đội Hoa Kỳ và quân lực VNCH như doanh trại và các kho quân nhu tiếp liệu cũng bị bão tàn phá, các kho để tồn trữ khí tài đạn dược cũng bị hư hao nặng... Các tàu thuyền của của hạm đội tuần duyên của Hải quân VNCH bị phá hủy hoặc hư hại rất nhiều… Có thể nói đây là thãm họa tồi tệ nhứt lịch sử do một trận bão gây ra về phương diện an ninh cũng như kinh tế cho miền Nam Việt Nam nói chung và khu Kỹ nghệ An Hòa-Nông sơn nói riêng.

Ngoài ra, một điều không tránh khỏi là lực lượng Cộng quân đã nương theo nước lũ len lỏi theo dân chúng chạy tránh lụt để xâm chiếm các xóm làng được quân quốc gia bỏ ngỏ vì lụt. Cũng theo sự đánh giá của nguồn tin Mỹ có thể nói trận lũ lụt Giáp Thìn năm 1964 có hậu quả như một cuộc phản công của mấy sư đoàn Cộng sản làm vỡ vòng đai của quân miền Nam ngăn chận Bắc quân từ các mật khu trên dãy Trường sơn tràn xuống vùng đồng bằng và duyên hải miền Trung.

Phải chăng cuộc đổ quân bất ngờ không có sự đồng thuận trước của chánh phủ Việt Nam vào đầu tháng 3 năm 1965 của TQLC Hoa Kỳ vào Đà Nẳng là hành động khẩn cấp của phía Hoa Kỳ để ngăn chặn Cộng quân tràn xuống vùng ven biển của tỉnh Quảng Nam-Đà Nẳng hay là cái cớ để quân đội Mỹ trực tiếp tham chiến vào cuộc chiến Việt Nam?

Không lâu sau đó, vào tháng 7 năm 1967 một đơn vị TQLC Mỹ đóng quân tại mỏ than Nông Sơn bị Cộng quân tấn công. Trận đánh diễn ra ác liệt nhưng sau đó Cộng quân bị đẩy lui tuy vậy đã để lại nhiều tàn phá cho khu mỏ than nên Khu Kỹ nghệ An Hòa-Nông sơn từ đó phải ngưng hẳn hầu như mọi hoạt động. Một số cơ sở đang xây dựng dở dang bị bỏ hoang đứng phơi mình trong mưa nắng. Điều thiệt hại và lãng phí to lớn cho khu Kỹ nghệ An Hòa-Nông Sơn là các máy móc cho các nhà máy do 2 chánh phủ Pháp và Đức viện trợ đã về đến Việt Nam nhưng vì chiến sự và vì bão lụt nên không thể được vận chuyển ra Khu Kỹ nghệ để lắp ráp và vận hành. Tất cả đã phải nằm chờ tại các nhà kho ở Thủ Đức gần Sài-gòn và theo ngày tháng trở thành những khối thép rỉ sét vô dụng.Thiên tai và nhân tai đã hợp lực xóa bỏ phòng tuyến bảo vệ vùng Quảng Nam- Đà Nẳng nói chung và Khu Kỹ nghệ tiềm năng cho sự phát triển cuộc sống của đồng bào vùng bắc Trung phần nói riêng.

Từ đó trở đi khu vực quân lỵ Đức Dục và Khu Kỹ nghệ An Hòa cùng mỏ than Nông sơn biến thành các cứ điểm quân sự của quân đội Hoa Kỳ và Việt Nam Cộng Hòa. Những cứ điểm này đã trở thành chiến địa cho nhiều trận thư hùng đẩm máu giữa Cộng quân và TQLC Mỹ cũng như giữa Cộng quân và những đơn vị của BĐQ, và của Sư Đoàn 3BB quân lực VNCH. Mỗi trận thư hùng đẫm máu như vậy mỗi bên đều để lại chiến trường từ vài chục đến hàng trăm có khi hàng ngàn binh sĩ thương vong!

Huy Văn, một nhà văn quân đội có một lần theo đơn vị hành quân vào vùng An Hòa Nông Sơn đầy lửa đạn đã ghi lại cảnh hoang phế của khu kỹ nghệ một thời an bình, thịnh vượng như sau:

Đường vào Nông Sơn hoang tàn mộ địa
Dấu ấn binh đao, lửa đạn ngút trời
Tử khí chập chùng giăng tỏa nơi nơi
Chờ nhập trận, lính đăm đăm tay súng.

Khu kỹ nghệ phồn vinh bao năm trước
Giờ ngổn ngang gạch vụn, đá rêu phon
An Hòa ơi! Hoang phế đến chạnh lòng
Nhớ quá đỗi, thời an bình, thịnh
vượng!
(Trích từ bài thơ NHẬP TRẬN)

****

Hơn nửa thế kỷ đã trôi qua. Đại Họa Kinh Hoàng Nhất Lịch Sử Lũ Lụt Miền Trung vào năm 1964 chưa bao giờ thôi ám ảnh trong ký ức của những người cao tuổi, hay trung niên đã sống sót ở các làng Trung Phước, Cà Tang, Đông An, Đại Bình, Thạch Bích, Bình Yên…. Những người sống sót đó sau trận lụt đã chung tay góp sức xây dựng một ngôi Miếu thờ chung trên 1500 người đã bỏ mình trong thảm hoạ kinh hoàng Giáp Thìn. Mỗi năm đến tháng 10 âm lịch dân làng và con cháu của những người sống sót khắp nơi đều qui tụ về ngôi miếu làm giỗ chung để tưởng niệm người thân.

Riêng đối với người viết dù nay đang sống tha hương nhưng mỗi khi nghe nhắc đến lũ lụt ở Việt Nam là không khỏi rùng mình nhớ đến trận lụt thảm họa Giáp Thìn 60 năm trước ở vùng đồi núi tỉnh Quảng Nam là địa bàn của khu Kỹ nghệ An Hòa-Nông sơn, một công trình phát triển quốc gia được một lớp chuyên viên và công nhân viên trẻ góp sức xây dưng trong hơn 10 năm, trước khi bị tàn phá bởi sự vô tình của thiên nhiên và dã tâm của con người.

Ngày nay, ngoại trừ khu mỏ than Nông sơn, khu vực kỹ nghệ An Hòa gần như hoàn toàn bị xóa bỏ không còn dấu tích. Nhưng điều đáng buồn hơn là những thông tin về khu kỹ nghệ An Hòa-Nông Sơn không những mất dấu trên thực địa mà hầu như không còn hiện hữu trên các mạng dữ liệu điện tử. Hi vọng bài viết này là một trong các dấu tích hiếm hoi còn lại của khu Kỹ nghệ An Hòa-Nông sơn. Bài viết này đồng thời cũng để tưởng nhớ tất cả những ai còn hiện tiền đã góp tay vào công cuộc xây dựng lên công trình đó và tưởng niệm với nén hương lòng cho tất cả những ai đã quá vảng.

NGUYỄN MINH TRIẾT

(10/2024

(***) Những thông tin đuơc dùng trong bài này bên cạnh những điều mắt thấy tai nghe của người viết đã trải nghiệm còn có những dữ liệu tổng hợp từ các website hiếm hoi liên quan và những ký ức của những người cùng thời còn giữ lại trên các mạng xã hội.

VIÊN DUNG
CÓ LẦN NGỌN CHƯỚNG

Tưởng yêu, đó lần ngọn chướng

anh ghé thăm mùa chướng dậy
ngọn bấc rao gây tình cháy
thẩm thẹn, hồn ngây ngất ngây

sóng tình lâng lâng ngọn chướng

anh nâng vạt tình khẽ thưởng
bén lòng ngỏ nghẻ em khoe
đêm xuống, anh về giữ kẽ

mùa sau, chướng qua lặng lẽ

tóc thơm chiêm bao vẽ nhớ
lấp lánh triền sao gió thở
lần đó khen em nàng thơ

buồn thẳm, mơ - chìm, nhắc nhở

VIÊN DUNG
25112024

VIÊN DUNG
PHIÊN TÌNH NUỐI

Tôi cố đuổi
giấc mơ tôi chạy tới
ôi chiêm bao
vằng vặc giữa ngàn sao

em lấp lánh
trong ánh nhìn cũ, mới
hạnh phúc về hụt
chới với gió đưa mau

tình ngoảnh khác
phờ phạc ánh si mê
bước qua cơn
vắt vai tôi bóng yêu về

con mắt dục
vọng để thôi thúc
vườn khuya thức
thấu tình bức tử hồn mê

tình tôi đuối
quên chưa dễ
nuối bóng em
đi, về

VIÊN DUNG
25112024

LÊ TRÚC KHANH
NGHĨ TỪ MỘT DÒNG THƠ CỔ

Năm đó vừa lên 18 tuổi
Chúng tôi chung một mái trường xưa
Chỉ tà áo trắng giờ tan lớp
Mà có bao chàng trai ngẩn ngơ.

Bạn bè tôi của thời niên thiếu
Chia sớt giùm tôi vạn nỗi buồn
Đất khách quê người thân lận đận
Đói nghèo – đeo đuổi chuyện văn chương!

Tôi như một cánh bèo luân lạc
Từ miệt Tiền Giang đến Hậu Giang
Trót chọn Cần Thơ làm bến đổ
Phù sa quyến cát nhớ mang mang…

Rồi cũng dần xa thời trẻ dại
Vì ai- ai nhớ trộm thương thầm
Đâu biết một lần thôi lỡ hẹn
Lần sau muốn gặp phải trăm năm?

Dòng đời trôi mãi không dừng lại
Bạn ở phương nẩy, ta một phương
Cơm áo, gia đình… luôn trói buộc
Trăm dòng sông nhỏ- một trùng dương!

Gặp nhau ở cuối trời lưu lạc
Nhắc lại cùng nhau thuở học trò
Kẻ mất, người còn bao xiết nỗi
Tuổi già, bệnh tật, những âu lo..

Cô bạn ngày xưa đầu đã bạc
Phần tôi tóc cũng điểm sương rồi
Có nhớ Sài Gòn năm tháng đó
Chúng mình phơi phới tuổi hai mươi?

Sao giữ cho mình riêng nỗi khổ
Mai nầy ai biết lại về đâu?
Bận lòng chi với dòng thơ cổ:
“ Bất hứa nhân gian kiến bạch đầu”

Bài thơ tôi viết cho tri kỷ
Cho bạn bè xưa mấy chục năm.
Lai láng tình sông mùa nước nổi
Và trong như một áng trăng rằm…

Ơn nghĩa cuộc đời đâu nói hết
Ngược nguồn ký ức lại bâng khuâng
Mai sau dù có là thiên cổ
Xin nhỏ dòng châu khóc cố nhân…

LÊ TRÚC KHANH
Cần Thơ, tháng11/ 2022.

NGUYỄN ĐÌNH TỪ LAM
Chia Xa

Kha và Thư vừa bước vô nhà, chị Hai của Kha nói liền, ngày mai có chuyến trực thăng HU1B từ sân bay trại An Phước đi Tam Kỳ, chị xin được hai chỗ ngồi, thật là may mắn, em với Thư trở về trường nên đi chuyến đó thì tiện; chứ chờ chơi hết tết, mà đi đường bộ, giặc giã nguy hiểm lắm.

Hai đứa bước xuống máy bay, đến được Tam Kỳ. Trước khi Kha đưa Thư lên xe đò về lại trường ở thành phố Đà Nẵng, cả hai ghé quán bên đường trước cổng bến xe liên tỉnh, uống ly nước chanh muối, nghỉ ngơi một đỗi. Thấy Kha ngồi im lặng trầm ngâm, Thư hỏi:

- Anh nghĩ gì vậy?
- Anh nghĩ đầu hè đến, hai đứa mình…
- Hai đứa mình… thế nào?
- Thì, sẽ dự thi bằng toàn phần tú tài.
- Ờ nhỉ! Nhớ thi xong có kết quả, nhắn tin vui cho nhau biết với nhé.
- Nhớ, chớ sao quên được.

Và nếu kỳ thi trót lọt, sau đó hy vọng chúng mình sẽ bước vào ngưỡng cửa đại học; tương lai ngời sáng đã thấy không xa trước mặt, đang chờ hai đứa. Và, khi ấy may ra hết chiến tranh, anh nhớ nhé, nhớ dẫn Thư cùng anh đi dạo chơi khắp thắng cảnh trung du, quê hương những năm tháng thơ ấu của hai đứa mình; như lời anh đã hứa với Thư lúc hai đứa còn nhỏ.

"Chắc chắn rồi, anh giữ lời. Nghĩ đến ngày ấy, ngày chúng mình thi đậu rồi vào đại học và không còn chiến tranh, thật là vui thú biết chừng nào. Thư hỉ!"

Nhưng nếu chiến tranh thêm kéo dài và càng khốc liệt, lệnh tổng động viên chắc phải ban hành. Tất cả lớp lớp tuổi trẻ đều xung vào quân đội bảo vệ tổ quốc. Và thói thường, như ông cha ta thường nói: Cổ lai chinh chiến kỷ nhân hồi - Xưa nay chinh chiến ít ai về - Người đời nay vẫn nghiệm ra thế. Mặc dầu đây là bổn phận, là niềm tự hào của trai thời loạn. Nhưng dù có được nhân danh thế nào đi nữa, thì cuộc chiến nào cũng đều gây nên điêu linh chết chóc lên con người, làm tiêu tan những ước vọng tương lai tươi sáng của báo tầng lớp trai trẻ. Kha chỉ thầm nghĩ vậy mà không dám nói ra, sợ Thư buồn.

Bỗng dưng thấy Kha im bặt, dáng vẻ tư lự đăm chiêu, Thư lên tiếng gọi:

- Kha ơi!

- Gì?

Trước mắt, hai đứa mình hứa với nhau, cố gắng chăm chỉ học tập, sao cho không những thi trúng tuyển mà còn đậu cao nữa là khác.

- Ờ nhỉ, thì hứa.

Thư cười thật tươi, miệng hăm hở nói như reo:

- "Em cũng thế, nỗ lực hết mức.

Niềm hân hoan và hy vọng bỗng òa đến, hai đứa nắm chặt tay nhau, mặt nhìn mặt, mắt môi nở nụ cười rạng ngời, lòng thầm nghĩ đến ngày mai… Cả hai rộn lên niềm vui khôn tả. Mấy người qua đường nhìn đôi trai trẻ, họ mỉm cười như cùng san sẻ một hạnh phúc bâng quơ.

Đúng như ước nguyện, kỳ thi toàn phần tú tài năm ấy, Kha với Thư đều trúng tuyển hạng bình thứ.

Mừng quá đỗi, Thư liền viết vài dòng, nhờ tài xế xe đò "rờ-nôn" ông dễ , chạy đường Đà Nẵng-Tam Kỳ, đem đến nhà trọ Kha báo tin nàng thi đậu. Hai đứa nhắn tin qua lại, cuối cùng hẹn hai ngày nữa gặp nhau ở Tam Kỳ, để theo một đơn vị lính Sư Đoàn Hai mở đường lên quận Tiên Phước. Tại quê nhà, cha mẹ Kha dự định, sẽ làm lễ cúng tạ, sau đó là tiệc ăn mừng hai đứa trúng tuyển.

Đoàn xe quân đội gồm có năm chiếc GMC chở quân tiếp vụ đi giữa. Đi đầu là ba trung đội lính mở đường. Bảo vệ phía sau, có hai xe GMC và một xe "đốt-cách" chở hai trung đội lính nữa. Kha, Thư và một số người dân về Tiên Phước, được cho đi xe "đốt-cách" của hai trung đội phía sau.

Khi đoàn xe đang đi qua một khúc quanh nghiệt của một con dốc cao, hai trung đội lính đi sau bị một đơn vị bộ đội Việt cộng phục kích chận đánh. Tiếng kèn thúc quân, tiếng hô xung phong, tiếng la hét vang dậy; tiếng súng, lựu đạn, đạn pháo nổ ầm ầm inh tai nhức óc… Trong đám bà con xin đi nhờ, ai nấy hoảng sợ xào xáo, tiếng gọi nhau, tiếng than khóc kêu cứu loạn lên giữa hai làn súng đạn thù địch đan chéo, dày đặc…

Kha nắm chặt tay Thư, hai đứa chạy thục mạng. Được một lúc, Kha nghe tiếng rè rè…rè è è… ở cao trên đầu, tiếp theo là tiếng đâm sạt thật mạnh xuống đất, rồi một tiếng nổ ầm. Kha nghe cả châu thân bay bổng, tê dại… Chẳng biết bao lâu, choàng tỉnh, mới biết mình đang nằm bẹp dưới đất, cả người ê ẩm đau nhừ. Cố hết sức Kha mới mở được mắt; xa xa, thấy Thư nằm sóng sượt bất động trên bờ ruộng. Nó có chồm dậy bò về phía Thư, nhưng cả người tê điếng không tài nào xoay xở nổi. Kha đành phải nằm im tại chỗ chịu trận. Nghe trên trời, hình như có tiếng máy bay trực thăng rù rì… Rồi Kha chỉ còn biết bao quanh mình tất cả là một màu đen, chẳng còn gì nữa. Nó thiếp đi…

Khi vừa tỉnh lại, kha thấy mình đang nằm trong bệnh viện. Một thời gian sau, nó tỉnh hẳn. Sau khi ngồi dậy được, không bao lâu Kha có thể chập chững đi đứng. Lúc nầy, hỏi ra mới biết mình phải đi cấp cứu vì quả đạn pháo rớt gần, nổ dữ dội làm nó bất tỉnh, thân mình nhiều nơi bị bầm tím vì sự va chạm mạnh… Được bác sĩ chẩn đoán, Kha bị chấn thương không nặng lắm, nay gần như hồi phục.

Từ khi Kha vừa tỉnh, nằm trên giường bệnh, nó sốt ruột lo lắng cho Thư. Kha nhớ lại, lúc hai đứa gặp nạn, Thư bị thương rất nặng. Thư ơi! Giờ này em đang ở đâu, an nguy thế nào? Biết hỏi ai bây giờ!!!

Kha bước vào phòng đợi dành riêng cho thân nhân của người bệnh đến thăm. Nhìn qua một lượt, chẳng thấy có ai là thân thuộc của mình hay của Thư cả. Đứng chờ một đổi lâu, chẳng hề động tỉnh. Buồn quá, Kha nhướm bước ra ngoài hành lang, bỗng thấy một cô y tá đi vào, gọi to:

- Có ai là người nhà của Phạm Thị Thanh Thư không?

- Kha giựt mình, sửng sốt vụt trả lời:

- Có tôi.

- Anh là gì của cô Thư và tên gì?

Thưa, tôi là người yêu của cô ấy, tên tôi là Nguyễn Đình Kha.

Tôi cần ai là người nhà của cô Thư chứ không phải anh.

Vừa nói dứt lời, cô ta đóng cửa, lui vào bên trong.

Kha đứng im lặng như trời trồng, lòng dạ lo lắng bấn loạn… Đột nhiên, cô y tá lại mở cửa ló đầu vào, nhìn Kha, hỏi:

- Anh tên Kha phải không?
- Dạ phải, Nguyễn Đình Kha.
- Cô ta mở rộng cánh cửa và hối:
- Anh mau đi theo tôi!

Thư nằm thiêm thiếp trên giường, cả người được đắp bằng một tấm vải trắng, mặt mày xanh mét, mi mắt nhắm nghiền, hơi thở gấp gáp… Hai cái giá trên đầu giường treo hai bình nước biển, đang nhỏ giọt thật chậm chạp tiếp sức cho Thư. Kha sững sờ chết lặng. Cạnh giường bệnh, vị bác sĩ trực đứng nhìn người bị thương chăm chăm, đôi chân mày ông nhíu lại dưới cái trán hơi hói có mấy giọt mồ hôi rịn ra. Ông cúi xuống nhẹ nhàng dỡ tấm vải đắp, một cảnh thương tâm hiển hiện: Hai ống xương chân Thư bị dập, được tháp giữ bằng những thanh nhựa trong plastic. Vai trái bị thương nặng, một đầu xương đòn gánh gãy lìa nhô ra, làm lớp vải băng cộm lên. Vòng quanh thân mình phía trên thắt lưng cũng băng kín bịt bùng…

Vị bác sĩ ngước lên, đưa mắt mệt mỏi nhìn Kha, nói:

"Người thân của cậu thương tích có phần nặng, bị mất máu khá nhiều, chúng tôi đang chuyền dịch để cô ta hồi sức phần nào, rồi sau đó sẽ tính chuyện cứu chữa tiếp.

Thấy tình trạng của Thư hiện tại và những lời nhận xét của vị bác sĩ. Lòng dạ Kha xốn xang đau thắt, nó run run thưa:

- Cầu xin bác sĩ cứu cô ta…

Hai tay ôm đầu, trời đất quay cuồng; Kha chỉ kịp nghe mơ màng văng vẳng lời ông nói:

Chúng tôi lúc nào cũng gắng cứu chữa đến cùng…

Kha ngồi sụp xuống bên giường, hai tay nắm lấy bàn tay lạnh ngắt của Thư. Thư mở mắt, gắng sức nghiêng đầu nhìn Kha, miệng mấp máy:

- Kha đó hả, anh có sao không?

Thấy sự nguy nan của người yêu như thế nầy, nó vội vàng lên tiếng:

- Em thấy khỏe ra phần nào chưa?

"Em chỉ mệt, mình mẩy không cử động được...Nhưng không sao đâu, chắc chẳng bao lâu em sẽ khỏi"

Thế thế ... đó em. Bác sĩ cũng nói với anh như vậy...

Mặt Thư tái nhạt, đôi môi mấp máy như muốn nói thêm điều gì nhưng không thành lời, rồi mắt Thư nhắm lại, thiếp đi.

Nghe giọng nói Thư thều thào yếu ớt, Kha buồn lắm và hết sức lo lắng.

Cô y tá bảo Kha ra lại ngoài chờ, nếu có gì cần, cô sẽ gọi.

Kha đánh liều chưa vội trở lại giường bệnh của mình, mà ngồi lì ở phòng đợi, nóng lòng mong biết tình trạng của Thư.

Trong sân bệnh viện, mấy chiếc xe cứu thương vào ra; phần đông chở người bị thương. Mỗi lần xe đậu ở trước thềm phòng cấp cứu, bâng ca khiêng người nối nhau, bận rộn nôn nã... Thỉnh thoảng, thấy những chiếc xe lam ba bánh chở người chết xuống nhà xác... làm Kha hốt hoảng. Nhưng rồi Kha sực nghĩ lại, trước nay có người gặp tai nạn, thương tích rất nặng, bất tỉnh mê man, mạng sống rất bấp bênh khó mà sống sót. Thế mà họ được cấp cứu chữa trị trong một thời gian, sau thoát chết và hồi phục như một phép màu nhiệm. Huống gì, Thư tuy bị thương nặng nhưng tinh thần vẫn tỉnh táo, may ra không đến nỗi nào.

Nghĩ đến ngày, Thư lành bệnh, xuất viện. Hai đứa học lên đại học...và, tương lai đang chờ hai đứa trước mặt, ước vọng đời người chẳng bao lăm năm nữa sẽ thành sự thật. Cầu xin Ơn Trên ban điều may mắn cho Thư để nàng qua khỏi cơn hiểm nghèo nầy.

Nghĩ đến thế, Kha lấy lại được hy vọng, tin lành sẽ sớm đến với người yêu. Xin trời cao đất rộng đừng gieo rắc thêm những oan khiên bất hạnh lên những kẻ vô tội như Thư của Kha.

Tâm trí đang miên man, cô y tá mở cửa, gọi giật Kha:

- Cô Thư muốn gặp anh.

Nó vội chạy vào, đến đứng bên giường Thư. Cô y tá nói:

- Hãy ngồi xuống với người yêu anh đi!

Thư mở mắt nhìn Kha, bàn tay nàng hơi nhúc nhích, những ngón tay nhấc lên hạ xuống yếu ớt. Kha nắm lấy bàn tay xuôi, lạnh của nàng. Hình như Thư gắng sức nắm lại tay Kha, nhưng chỉ nghe những ngón tay nàng chạm nhẹ lên bàn tay mình vài lần rồi bất động. Kha nắm chặt bàn tay người yêu, lo lắng hỏi:

- "Em không sao chứ, thấy khỏe ra phần nào chưa, Thư? "

Thư nhìn Kha, nét mặt nàng hết sức buồn thảm, từ trong hai mắt mở to, vài giọt nước trồi ra lăn xuống má, Thư nói, hơi thở gấp gáp:

- Kha ơ! Em chắc không qua khỏi…

- Kha vội ngăn:

- Đừng nói thế, em không sao đâu.

- Em biết rõ mình mà…

- Ngưng một đổi, Thư nói trong dàn dụa nước mắt:

"Giờ nầy, chỉ còn có anh ở bên, em cũng được an ủi phần nào…

Thư lại ngưng đổi lâu, đôi hàng nước mắt chảy dòng, rồi nàng tiếp lời, tiếng nói đứt đoạn:

Nhờ anh nhắn lại với ba mạ và chị Thương. Thư xin có lời tạ lỗi, vì sự gặp rủi ro của em, làm ba mạ và gia đình đau buồn…

Đến đây, hơi thở Thư gấp gáp, trên trán, mồ hôi chảy rịn ra làm bết những sợi tóc rối. Nàng cố hết sức tiếp giọng:

Xin anh đừng nghĩ đến em nữa, nhớ em nữa; mà để lòng lo lắng học tập cho tương lai… Có mấy ai sống đời đời.. Ai cũng một lần… Kha ơi!

Đến nông nỗi nầy, Kha quỵ hai chân xuống, chẳng còn biết mình đang ở đâu, chỉ biết có mỗi mình Thư bên cạnh, Kha ôm chầm lấy người yêu…Khi cô y tá vội vàng đở Kha ngồi dậy, nó mới sực tỉnh. Nhìn Thư, Kha bật khóc òa. Một bàn tay Thư nhúc nhích, như muốn với về phía Kha; Thư nói trong hơi thở nhẹ như hơi gió thoảng, hết sức yếu ớt đứt đoạn:

- Kh.a… ơi… ! Thôi, a anh ở lại, anh…

Nói chưa hết lời, Thư thiếp đi, rồi chợt mở mắt nhìn Kha, lại hai hàng nước mắt chảy dài, đôi môi nàng mấp máy như muốn nói thêm điều gì…, Thế rồi, mắt Thư từ từ khép lại, nằm bất động. Kha đổ người xuống… Mấy người y tá đỡ Kha đứng lên và dìu Kha ra khỏi phòng.

Thư chết, gia đình không đem Thư về lại nhà được, vì đường đi bị phá hoại, dày đặc giao thông hào, hố phòng thủ…

Hôm đám táng, chỉ có mạ và chị Thương của Thư cùng với Kha đưa nàng ra chôn tạm ở nghĩa địa Vườn Lài. Suốt buổi chiều đưa đám, trời đổ ập cơn mưa thật lớn, không ngớt. Mưa to đến nỗi, huyệt mộ của Thư bị nước mưa ngập đầy; chôn cất thật khó khăn. Tội nghiệp! buồn thảm lắm!

Kha không về lại quê ngay, sau hôm chôn cất Thư. Mấy ngày liền Kha ở lại Tam Kỳ, ra ngồi bên nấm đất mới mộ nàng. Quanh Kha, trời đất chao đảo, mây trời vần vũ như sắp có giông tố, như biển khơi dậy sóng./.

NGUYỄN ĐÌNH TỪ LAM

Danh ngôn

Tôi từng muốn tự sát hàng trăm lần, nhưng không biết vì sao tôi vẫn yêu cuộc đời. Sự yếu đuối nực cười này có lẽ là một trong những thiên hướng u sầu ngu xuẩn của chúng ta, bởi có điều gì ngu xuẩn hơn khi háo hức muốn đi tiếp vác theo gánh nặng mà mình sẽ vui sướng được vứt đi, khi căm ghét sự tồn tại của bản thân nhưng lại níu giữ nó, khi vuốt ve con rắn đang ngấu nghiến ta cho tới khi nó nuốt hết tim ta?

*I have wanted to kill myself a hundred times, but somehow I am still in love with life. This ridiculous weakness is perhaps one of our more stupid melancholy propensities, for is there anything more stupid than to be eager to go on carrying a burden which one would gladly throw away, to loathe one's very being and yet to hold it fast, to fondle the snake that devours us un*til it has eaten our hearts away?

Voltaire

(1694–1778) Nhà văn học, tác giả, bình luận gia, nhà thần luận và triết gia người Pháp.

TUỆ TRUNG

TÂM KHÚC SANG MÙA

Ta cô đơn, em cô đơn
Theo nhau một đời mòn mỏi
Tình yêu mù trong bóng tối
Làm sao quên dĩ vãng buồn

Em nhớ về đây, mùa xuân
Nụ hồng trong tim vừa mở
Tiếc gì cuộc tình đã lỡ
Nhóm lên ngọn lửa trăm năm

Em móng vuốt đôi bàn tay
Xé toang màn đêm rách rưới
Tình đâu đã xa vời vợi
Sao vội trách đời đắng cay.

Mùa hạ qua, em có hay
Rong chơi, ngủ vùi bên suối
Nhớ chi ngày chờ đêm đợi
Thời gian trôi hoài như mây.

Vừa nẩy mầm, nụ cây xanh
Phía bên ngoài khung cửa sổ
Tình yêu có đâu rạn vỡ
Nhìn xem, hoa trái đầy cành.

Thu về với những giọt ngâu
Lá rừng, từng cơn gió, rụng
Em, bước chân nai, hờ hững
Chải tóc, hát tình ca sầu.

Em nép mình trong sương mù
Nhìn xuống thế gian vô tội
Vết thương nghìn xưa nhức nhối
Dịu dàng tiếng mẹ ầu ơ.

Tình ta không như mùa đông
Đóng băng giữa cơn bão tuyết
Xua tan lời buồn giã biệt
Ầm vang tâm khúc mặn nồng.

TUỆ TRUNG

SA CHI LỆ

KHÓC BẠN TĂNG MINH PHỤNG

Gió cuốn đời thời gian mòn trí nhớ
Mưa Tây Ninh còn in dấu ngỏ xưa
Đây với đó tưởng chừng tầm tay với
Làm sao vo tròn kỷ niệm tắm mưa

Thuở hai đứa dưới mái trường công lập
Nắng Tây biên ôm ấp mộng công hầu
Chuyển bể dâu đổi đời hờn thế kỷ
Trôi dạt về xứ Vĩnh gặp lại nhau

Ta phóng bút vác phong trần mộng ảo
Mi hiên ngang với tham vọng công hầu
Ta bỏ phố lên rừng nuôi chí lớn
Nhìn lại mình đong đếm mỏi thương đau

Bước lưu dung không ngờ ta gặp lại
Bạn hiền xưa vết bia đá rưng rưng
Mình chết lặng gọi tên TĂNG MINH PHỤNG
Bạn ta ơi giờ hồn dạt phương nào?

Khi nằm xuống cỏ xanh bia kinh nghiệm
Người hại mình chính kẻ ở bên ta
Làm sao biết đó chính là nghiệp quả
Trả trăm năm hay tiền kiếp ta bà

Ngàn dặm tiễn bạn hiền trong nước mắt
Kiếp phù sinh nghiệt ngã bóng núi Dinh…

SA CHI LỆ *(TORONTO) 11-2024*

TUYẾT KHIÊU VŨ

Hoa tuyết vờn xoay hôn dáng xuân
Nắng phơi môi ngọc khép bâng khuâng
Gió chắt chiu đong hồn lưu xứ
Nâng niu từng sợi bạc ngại ngùng

Đếm hoài mấy tuổi buồn đi mất
Dường như còn rớt tiếng đò xưa
Tìm kiếm mây trôi dừng hò hẹn
Còn dễ hơn đời thói đẩy đưa

Cặm cụi đốt lò hương khói cũ
Nhấp nồng thơm rượu sử cay cay
Một thoáng say sưa còn sót lại
Dư âm bỗng lạnh rớt bờ vai

Giật mình hỏi bóng huyền cơ ngự
Đeo bám cành khô mục rã rời
Đơm đầy trái đắng buồn du mục
Đợi bóng vô thường sớm ghé chơi..

Nàng xuân bẽn lẽn dìu ngoài ngõ
 Gõ nhịp giọng run điệu ru hời
Ta hát chim bay cuống cố xứ
Khát thèm hơi thở mẹ hương quê

SA CHI LỆ *2024 tháng ngày củi mục*

CẢM NHẬN VỀ CÁC TẬP THƠ CỦA TRẦN DZẠ LỮ

LƯƠNG THIẾU VĂN

TRẦN DZẠ LỮ, NGƯỜI LỮ KHÁCH CÔ ĐƠN TRÊN SA MẠC TÌNH

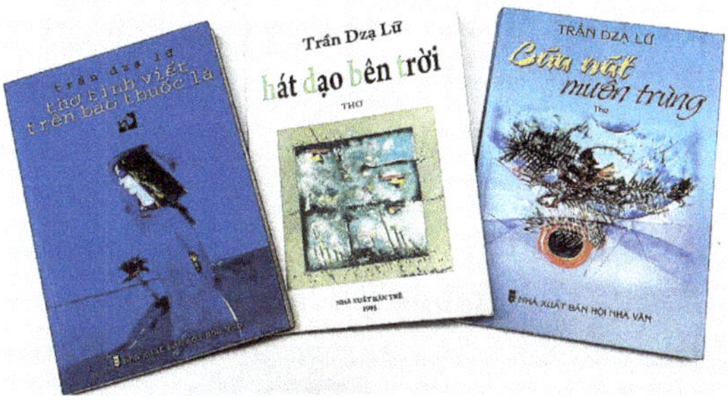

Nhà thơ Trần Dzạ Lữ tên thật là Trần Văn Duận, sinh ngày 25/2/1949. Quê quán Ngọc Anh-Huế. Bắt đầu viết từ thập niên 1960 và thường có sáng tác đăng trên các tạp chí: Văn, Văn Học, Bách Khoa, Thời Nay, Khởi Hành, Thời Tập, Giữ Thơm Quê Mẹ, Tuổi Ngọc... Sau năm 1975 hiện diện trên các báo, tạp chí: Kiến Thức Ngày Nay, Thanh Niên, Phụ Nữ, Người Lao Động, Tuổi Trẻ, Thời Văn, Áo Trắng, Người Hạ Nội, Ngày Mới... Ông mất lúc 22 giờ 30 ngày 25-01-2024 sau một cơn đau nặng tại huyện Xuyên Mộc tỉnh Bà Rịa Vũng Tàu.

Tôi biết nhà thơ Trần Dzạ Lữ trước những năm 1975 khi đọc các bài thơ anh trên tạp chí Văn Học, Văn, Tuổi Ngọc...vì lúc đó tôi cũng có bài đăng trên tạp chí tuần báo nầy nhưng chưa có dịp gặp mặt anh ở ngoài đời bao giờ. Tôi còn nhớ đọc bài thơ "Bữa cơm ngoài chiến trường" của anh trên tạp chí có mấy câu mà tôi rất thích và nhớ cho đến bây giờ: "*...Ăn xong múc nước ruộng/ Uống đại cho qua ngày/ Quê nhà em có biết/ Chinh chiến thân lưu đày/ Ăn được là điều may/ Có khi hai, ba ngày/ Không ăn, chẳng có uống/ Ta nằm với cỏ cây*". Lần đầu tiên khi gặp anh ở Sài Gòn trong buổi ra mắt tập thơ kỷ niệm sự ra đi của nhà thơ Kim Tuấn tôi có nhắc lại mấy câu thơ đó, anh cười: *Bài thơ ni cũng được nhiều người nhớ lắm bạn.* Sau nầy có dịp gặp anh thường xuyên hơn trong các buổi ra mắt sách của tập san Quán Văn hay của một vài tác giả thân quen tôi cũng hiểu được phần nào tâm tình của anh. Từ ngày vợ mất cuộc sống của anh cũng lâm vào cảnh khó khăn hơn, anh ngại có mặt ở những nơi hội hè ra mắt vì tài chánh khá eo hẹp và cũng vì lòng tự trọng không muốn than thở cùng ai.

Chính sự quẫn bách trong cuộc sống nên Trần Dzạ Lữ đã lãng quên người tình thơ trong một thời gian khá dài và khi trở lại với nó anh khao khát có những đứa con tinh thần theo đúng nghĩa. Tập thơ Hát dạo bên trời ra mắt trong hoàn cảnh đó với lời đề từ ngắn gọn nhưng vô cùng cảm động và trân trọng của tác giả: *"Được thai nghén trên ba mươi năm nay đứa con đầu lòng ra đời và hiện đang đứng Hát dạo bên trời. Ngoài nỗ lực của chính bản thân tác giả còn được sự hà hơi tiếp sức của một số anh em bè bạn thân thiết nhất"*. Nhà văn Cung Tích Biền trong lời tựa cho tập thơ cũng có nhận xét: "*...Ba mươi năm, thơ vẫn giữ được một dung phong thuần nhất. Ắt có lý do. Cuộc đời đã xử sự không ngọt ngào với Lữ, anh miên viễn kinh qua, từ cửa sau đến cửa trước kinh qua, những tháng ngày đối phó cùng kiệt, lẻ loi tới rũ lòng, khát vọng và hoài cảm – từng là sĩ quan bàn giấy, là lính thú hằng đêm đối diện cái chết, thất nghiệp buôn ve chai, lượm đồng nát, theo tiếng giang hồ chui qua biên giới, tới thung lũng miền Trung đãi tìm trầm, bán rau muống cùng vợ, giữ xe chỗ bãi chợ - dù thế Lữ vẫn giữ được mình, nên chữ nghĩa của anh trước sau vẫn trật tự giữ được sự trong sạch, mẫu mực nhưng thâm trầm, đậm tình người như chính thân phận của tác giả*".

Ở một góc độ khác, nhà văn Lương Thư Trung khi đọc tác phẩm có viết: "*...Tự nhận mình là người "Hát dạo bên trời", Trần Dzạ Lữ là tiếng hát luôn kiếm tìm một cung bậc rất gần, rất êm đềm, rất nhân ái hầu trao gởi đến những tâm hồn đồng cảm về một quảng đời, về những năm tháng thi nhân phiêu bạt giữa những mùa binh lửa hay những buổi chợ đời đầy bất trắc của kiếp người... Phải chăng, đó cũng là cái nét riêng rất đặc thù của Trần Dzạ Lữ sau mấy mươi năm khắc khoải giữa dòng đời bằng những dấu chân đời phiêu lãng của ông...*"

Trong không khí chiến tranh của thời bình lửa, hơn lúc

nào hết Trần Dzạ Lữ cảm nhận nỗi cô đơn luôn vây quanh úp chụp lấy mình, sự sống và cái chết gần nhau trong gang tấc:

Hai hàng nến thắp áo quan
Người đi nhỏ giọt linh hồn mai sau
Nụ cười sẽ tắt ngàn thâu
Vầng trắng, xiêm áo trên đầu hư vô...
(Bài Hư vô, Huế 1966)

Hay trong bài "Ngày xuân ở Thượng Đức":

Lên đây vai nặng bước liều
Quanh co sông núi khói chiều tơ vương
Mùa xuân gối đất nằm sương
Tôi thân co lạnh với hồn cây thưa
Lên đây trời đất mập mờ
Trong tôi buồn thổi từng giờ tử sinh.
(1971)

Khi trở lại với cuộc sống đời thường, quẩn quanh chạy chợ với nỗi lo cơm áo hằng ngày nuôi vợ nuôi con càng làm nhà thơ thêm chán ngán, "Ở Chợ" rộn rã tiếng người tấp nập bán mua sao lòng như buổi chợ chiều ảm đạm vắng vẻ thê lương đến thế:

Mười năm ở chợ không tri kỷ
Ta đứng thu thân một nỗi buồn
Sáng bảnh mắt ra ngồi độc ẩm
Chiều về tra vấn lấy lương tâm
... Ta bán rau xanh ngày mệt lử
Đêm còn ngồi đọc sách thánh hiền
Cố quên cơm áo – Vòng danh lợi
Sao đời nỡ hối thúc bên lưng?

Tôi chợt nhớ bài thơ "Tết Nhớ Thằng Bạn Xa Quê" của nhà thơ Vũ Hữu Định viết tặng Trần Dzạ Lữ có mấy câu thật cảm động nói lên phần nào cuộc sống có phần quá khó khăn của nhà thơ sau ngày đất nước thống nhất về quê rồi lại xa quê để mưu sinh: "*...Duận ơi! Cuộc sống có bao giờ dễ thở/ Ai có bạc chi mình cứ níu xóm lang/ Tau vẫn nhớ hoài năm tháng lang thang/ Mầy cứ nhắc làng quê Nam Phổ Hạ...*"

Trong tập "Hát dạo bên trời" có lẽ tôi thích nhất bài thơ "Ngày Vẫy Biệt Khu Rừng Mơ Tuổi Nhỏ" nó gợi cho ta tình cảm êm đềm trong sáng nhưng cũng không kém phần buồn bã về những ngày xưa cũ bên cạnh bao người thân yêu trong một không gian, thời gian tràn đầy yêu thương nhưng cũng phải đành đoạn cắt lìa ra đi:

Ngày vẫy biệt khu rừng mơ tuổi nhỏ
Ta thật tình đau xót đến vô biên
Nghĩ lần đi là nghìn trùng cách biệt
Còn bao giờ trở lại nữa không em?
... Ngày vẫy biệt khu rừng mơ tuổi nhỏ
Ta xuống đời, biết chắc sẽ xa em...
1971

Rất tiếc trong tập thơ nầy không có mấy bài thơ rất hay viết về chiến tranh, về thân phận người lính rất cảm động chân thực như bài "Bữa cơm ngoài chiến trường" như tôi đã nhắc ở trên hay bài "Chiều Mai Lộc":

Chiều Mai Lộc không mưa không nắng
Lửa cháy trong hồn những kẻ đi xa
Này anh lính nhỏ nhoi miền Bắc
Giữa sương mù anh có nhận ra ta?

Trần Doãn Nho đã tìm được mạch ngầm ẩn dưới những lớp đá cát trần trụi của trần gian trong thơ Trần Dzạ Lữ khi viết về anh: *"Mỗi lần nhắc đến cái tên Trần Dzạ Lữ là ký ức gợi đến ngay bài thơ "Bài thơ thứ hai cho người tình sầu cố xứ". Tôi còn nhớ bài thơ nầy đăng ở tờ Văn. Đó không phải là bài thơ đầu của Lữ. Cũng không phải là bài thơ hay nhất của Lữ. Tôi nhớ cái tựa đề. Nói cho đúng, tôi nhớ hai chữ "cố xứ". Người tình sầu cố xứ. Nghe là lạ. Cố xứ cũng như cố hương. Nhưng nghe có cái gì ngậm ngùi hơn cố hương.*

Hỡi người em lệ sầu mắt đỏ
Áo trắng dài trong nắng vàng rưng
Em biết chiều nay anh không nhớ
Thân lạc xứ người hồn đau gởi cố hương"

Nhà thơ Trần Yên Hòa kể một câu chuyện khá cảm động về Trần Dzạ Lữ: *"...Mãi đến khoảng năm 1987, sau khi đi tù cộng sản về, tôi mở một sạp bán phụ tùng xe đạp ở đường Huỳnh Văn Bánh, tôi đã gặp Trần Dzạ Lữ ở đây. Qua sự giới thiệu của Hà Nguyên Thạch, tôi biết Trần Dzạ Lữ. Anh người khô gầy, tóc tai nhễ nhại mồ hôi, lúc đó anh vừa từ Huế vào Sài Gòn. Làm nghề bán rau muống ở chợ Trần Hữu Trang, Phú Nhuận. Bằng phương tiện là chiếc xe đạp cà tàng, Trần Dzạ Lữ buổi sáng đạp xe xuống Cầu Ông Lãnh mua rau muống, chở đem về bán lẻ cho khách hàng ở chợ Trầ Hữu Trang...".* Vậy mà anh cố gắng gom góp tiền in được 2 tập thơ – Hát dạo bên trời và Gọi tình bên sông. Trần Yên Hòa nhắc lại lời mở đầu "Một chút tâm tình với người yêu thơ" của tập thơ Gọi tình bên sông, Trần Dzạ Lữ có viết: *"Giờ đây, khi đem in tập thơ Gọi tình bên sông, tôi mới thấy mình quá...can đảm, giữa thời buổi thơ in ngàn bản bán không xong, thôi thì coi đó như "thú đau thương"* vậy".

Trong hai tập thơ còn lại "Thơ tình viết trên bao thuốc lá" và "Cứa nát muôn trùng" được in liên tiếp trong hai năm 2014 và 2015, bản in rất đẹp và khá dày so với hai tập tho trước.Tất cả hai tập thơ nầy đều do Văn Tuyển thực hiện, Người điều hành cơ sơ in ấn nầy là nhà thơ Nguyễn Liên Châu. Một lần ngồi cà phê cùng Nguyễn Liên Châu anh thố lộ: Trần Dzạ Lữ làm gì có tiền in, là do một người yêu thơ anh giúp đở xuất bản đó chứ. Được vậy cũng là mừng cho nhà thơ lắm rồi phải không? Đọc nhiều bài trong hai tác phẩm cuối nầy tôi chợt hình dung Trần Dzạ Lữ giống như người lữ khách đang đi trên sa mạc tình, anh khao khát tìm một ốc đảo cho thơ và cho chính cuộc đời của mình, càng đi càng khao khát kiếm tìm lại càng thất vọng, thất vọng lại càng khao khát đi tới:

Buông nhau/ mấy bận trong đời./ Buông rồi/ lại níu, người ơi...đừng về!

(Buông – Thơ tình viết trên bao thuốc lá)

Hay trong một bài thơ khác:

Cám ơn em. Rất cám ơn em
Đã cho anh niềm đau suốt kiếp
Thơ theo người cũng ngỡ ngàng, anh biết
Vết thương nầy thành lệ đá triền miên...

Cái tình yêu mà nhà thơ suốt đời tìm kiếm như
một chất gây nghiện, buông rồi lại níu để rồi trái

tim luôn bị xô lệch lầm lẫn không lối ra:
Em từ trong áo bước ra
Tình yêu hóa thật...“mù lòa” tim anh!
Xuyên ngang sinh nhật, ngày em
Trời xanh mây trắng cứ ghiền lẫn nhau
(Em từ trong áo bước ra – Cứa nát muôn trùng)

Rồi tự cảm nhận được hoàn cảnh thân phận mình trong cuộc chạy đua với tình yêu:
Anh bây giờ dôi điên
Cộng số dư lãng mạn
Dưới gươm tình loang loáng
Chết vì em... cũng đành!
(Anh bây giờ – Cứa nát muôn trùng)

Ta còn bắt gặp cái tình dôi điên đầy lãng mạn đó trong nhiều bài thơ còn lại của hai tập thơ nẩy.

*

Là một nhà thơ có nhiều thơ đăng trên những tạp chí, tuần báo có tiếng tăm trước 1975, anh được nhà thơ Trần Hoài Thư – người thực hiện tạp chí Thư Quán Bản Thảo ở nước ngoài đã dành trọn số 32 xuất bản năm 2008 giới thiệu thơ Trần Dzạ Lữ và đưa vào *“Thơ miền Nam trong thời chiến”. Đó cũng là niềm vui và sự khích lệ đối với nhà thơ.*

Những năm sau nẩy khi còn ở Sài Gòn hay về Xuyên Mộc sinh sống, Trần Dzạ Lữ tập trung viết hồi ức mang tên *“Dọc Đường Văn Nghệ Của Tôi”*. Một lần hẹn nhau cà phê ở đường sách Nguyễn Văn Bình Sài Gòn anh có tâm sự với tôi: *Đây là tập hồi ức văn chương về những người bạn văn nghệ đã từng sống, quen biết với anh, hy vọng sẽ viết được khoảng 100 bạn văn.* Bài đầu tiên anh viết về những người bạn ở Huế, nơi ấy sinh ra và từ đó anh ra đi: Đó là Lê Ái Niệm. Lê Bá Lăng, Võ Quê, Tần Hoại Dạ Vũ, người cuối cùng anh viết là nhà thơ Phương Tấn đứng ở vị trí 90, tôi cũng may mắn là một trong số 90 người đó. Anh hy vọng sau nẩy có điều kiện in ghi lại dấu ấn cuộc đời làm văn nghệ của mình nhưng điều đó chắc không thực hiện được nữa rồi. Ngày 25-01-2024 anh rời xa cõi tạm vào lúc 22 giờ 30 tại Xuyên Mộc tinh Bà Rịa Vũng Tàu sau một cơn đau nặng. Trần

Dzạ Lữ ra đi đột ngột làm anh em văn nghệ bàng hoàng sửng sốt cảm thương một nhà thơ tài hoa vì bản thân lúc còn sống bản chất nhà thơ Trần Dzạ Lữ rất hiền lành chân chất, lời nói nhỏ nhẹ không làm mích lòng ai và nhất là luôn coi trọng anh em văn nghệ. Khi anh mất tôi có làm một bài thơ ngắn để tiễn anh:

AI CÒN HÁT DẠO BÊN TRỜI

**Tiễn nhà thơ Trần Dzạ Lữ về cùng mây trắng*

Bay về đâu phía cuối trời
Ngàn năm mây trắng nhã lời tình ca
Vườn xưa hương bưởi hương hoa
Dấu chân lãng tử còn xa dặm đường.

Đêm mưa lạc nẻo vô thường
"Mười năm ở chợ" lạ phường bán rao
Đời không hành xử ngọt ngào
Thì thôi cố xứ gởi vào hư không.

Qua đèo qua núi qua sông
Hạc vàng bay mất người không quay về
Gọi tình chết giữa cơn mê
Mưa rừng gió núi đã nghe mịt mùng.

Dang tay "Cửa nát nghìn trùng"
Thôi chào vẫy biệt trăng rừng tuổi thơ
Tóc người nào dệt được thơ
Tất lòng gởi lại bên bờ nhân gian.

Xin làm ngọn gió đi hoang
Chừng như khách lạ ngỡ ngàng đó thôi
Anh còn "Hát dạo bên trời"
Tình tang lỡ nhịp một đời... Huế ơi!

Thôi thì chúng ta chia tay nhà thơ Trần Dzạ Lữ ở cõi tạm nầy vậy, hồn thơ anh đã bước vào cõi vô cùng. Ở nơi đó chắc hồn thơ anh sẽ tìm được niềm vui mới trong thơ ca, nghêu ngao trên sa mạc tình để được tự do Hát dạo bên trời và Gọi tình bên sông cùng người yêu dấu

LƯƠNG THIẾU VĂN

**Sài Gòn,tháng 3-2024*

Tham khảo:

Trần Dzạ Lữ và những dấu chân đời phiêu lãng của Lương Trung Thư

Trần Dzạ Lữ và Hát dạo bên trời của Trần Doãn Nho

Trần Dzạ Lữ - Gọi tình bên sông của Trần Yên Hòa

Danh ngôn:

Không có đạo đức, và không có sự chính trực, những tài năng vượt trội nhất và những thành tựu rực rỡ nhất không bao giờ có thể nhận được sự tôn trọng và thu được lòng kính mến của nhóm người có giá trị nhất trong nhân loại. > *Without virtue, and without integrity, the finest talents and the most brilliant accomplishments can never gain the respect, and conciliate the esteem, of the truly valuable part of mankind.*

George Washington

Thơ hay ý đẹp

Ta hát chim bay cuống cố xứ
Khát thèm hơi thở mẹ hương quê
Sa Chi Lệ **trích bài Tuyết Khiêu Vũ)*

Em, bước chân nai, hờ hững
Chải tóc, hát tình ca sầu.
Tuệ Trung *(Tâm Khúc sang mùa)* ‘

---

tình tôi đuối
quên chưa dễ
nuối bóng em
đi, về - **Viên Dung** *(thơ trích trong số này)*

Chiều nghiêng trên cánh vạc mềm
Tóc hương rẽ nhánh bay tìm dáng xưa
Lê Hữu Minh Toán *(trích bài Tóc Hương)*

LÊ HỮU MINH TOÁN

Tứ Tuyệt Mùa Xuân

TÓC HƯƠNG

Chiều nghiêng
trên cánh
vạc
mềm

Tóc hương rẽ nhánh
bay
tìm
dáng xưa

Men đời
chẻ dọc
trang
thơ

Xin hoàng hôn
níu
giao thừa
mắt em .

**PHIÊN KHÚC
MÙA XUÂN**

Vạt nắng giao mùa
hong khô
tóc
rối

Từng cánh mai vàng
rót
nhẹ
lời đêm

Mùa Xuân đi qua
sầu thương
vời
vợi

Tiếng khóc chim Uyên
mỏi
cánh
bay tìm ...!

**TIẾC
GIÊNG HAI**

Ta về,
thắp lại
mùa trăng cũ

Nghe những tàn phai
chuyện
đổi đời

Vườn xưa
một bóng
sầu hoang phế

Cồn mây
trắng mộng
tiếc giêng hai ...

@ LÊ HỮU MINH TOÁN.

PHAN HẠ DU
GIÁNG SINH BUỒN

Miền cổ tích sương buông mờ phố núi
Mùa Noel thao thức nhớ từng ngày ?
Kinh Cựu ước cũng vàng theo năm tháng
Thánh ca buồn em đắm cả đêm say ?...

Lại vắng anh thêm một mùa thiên sứ
Nỗi nhớ chườm ra góc phố em chờ
Con đường ngỏ lưu dấu chân hai đứa
Tiếng chuông ngân lỗi hẹn đến bây giờ
Con dốc nhỏ chứng nhân ngày gặp gỡ
Sương giăng mùng kín mỗi bước chân về
Góc phố ấy mỗi lần em đứng đợi
Giữa giá băng cây bung nhớ chồi khuya...

Những phế tích còn nằm yên phố núi
Cuối mùa rồi , lạnh phía không nhau
Thánh đường cũ đêm mang mùa thiên sứ
Noel này chuông đổ ... thấy anh đâu ...

MƠ

Em mơ là ngọn gió
Du ngoạn bốn phương trời
Cùng trái tim bé bỏng
Gọi miền thương yêu ơi ?...

Muốn là làn mây trắng
Bay khắp bến mộng mơ
Qua đêm buồn nức nở
Trăng soi loang đôi bờ

Xin làm bờ cát lặng
Cho con sóng cồn cào
Những vì sao đắm nước
Bên đời ru xôn xao

PHAN HẠ DU

HOÀNG ÂN

Sáng tạo viết,
Chân đi để lộ con đường
Thời gian phía trước , vô thường phía sau
Chín chìu chim ngại bay mau
Chẳng riêng lưỡng lự về đâu nỗi niềm
Chân đi để lộ con đường
Chim bay không để lộ phương hướng nào
Người đi dò bước chân nhau
Chim bay thẳng cánh vút vào chân mây
Bút lưu tình viết ,
Thường đi thì mới nhớ ra
Lưu tâm quá độ bút đà không như
Điệp trùng một ngón tòng thu
Không trung chấm phết phong thư ngại ngùng
Du hành viết,
Gửi mây trời lại chiêm bao
Tâm hồn gửi với hôm nào ngủ quên
Núi sông gửi lại vô tình
Thân tang hải gửi ngoại hình lang thang
Nấu cơm chiều viết,
Xác thân mặc áo với quần
Chí tình tinh ý rặt ròng ở trong
Gạo không sảy hết bụi lòng
Thì cơm nấu chẳng tinh   thông bữa chiều.
Định mệnh viết,
Tri tình nhắm định mệnh
Ta lượng số phận mình
Đường nhảy qua quá rộng
Năm tháng mới tận tình.

HOÀNG ÂN

MINH NGUYỄN

BÃI RÁC CHIỀU CUỐI NĂM

Kể từ khi ba nó qua đời, khái niệm thời gian đối với nó, giống như một món đồ xa xỉ, có cũng được không có cũng chẳng sao, bởi số tài sản ký cóp của gia đình nó từ bao năm qua không cánh mà bay, một phần chi trả viện phí cho ba nó, phần còn lại trang trải nợ nần vay mượn từ bạn bè cũng như những người thân khác, khiến cho cuộc sông hai mẹ con nó cứ như thuyền mất lái, trôi dạt hết nơi này đến chỗ khác. Để rồi cùng đường không còn nơi nào bám víu, mẹ con nó buột phải tìm kế mưu sinh bằng cái nghề bất đắc dĩ. Một cái nghề không giống ai, không ai muốn làm, đó là nghề "nhặt rác từ bãi rác bán phế liêu". Cái nghề dễ còn hơn và cơm vào miệng, chẳng ai dạy ai, chỉ cần bỏ công sức lao động ra nhặt nhạnh các thứ người ta bỏ đi, sau đó mang phân loại, chờ người khác tới mua bán kiếm một vài đồng lẻ.

Những tưởng, cái nghề không giống ai, không ai muốn làm, vậy mà còn có lắm người tranh nhau lao vào kiếm sống, cho dù đó là đồ vứt đi, đồ ô nhiễm, đồ hôi thối, thức ăn thừa, đồ hộp quá hạn, đồ nhưa hư hỏng, lon bia, chai nước khoáng, tấm ni lông, thùng xôp . . được các xe rác chở tới bãi rác đổ thành đông cao nghệu. Nhờ vậy, cuộc sông hai mẹ con nó không chỉ tạm ổn, mà còn được người ta thương tình, ngó lơ, cho dựng tạm cái mái che vào bờ tường bãi rác, bằng các thanh gỗ pa-let cũ, thùng giấy cứng, ván ép, tấm vải nhựa. . .để hai mẹ con có chỗ chui ra chui vào che mưa tránh nắng.

Ngẫm lại, mới ngày nào hai mẹ con chân ướt chân ráo, lang thang khắp đầu đường xó chợ, đi tìm cho mình kế sinh nhai, không ngờ trời xui đất khiến thế nào, hai mẹ con lại lạc đến bãi rác; để rồi trụ hẳn lại đó kiếm sống qua ngày, nhẩm tính từ đó đến nay đã trên dưới một năm hơn. Ôi! Thời gian tuy không dài, nhưng cũng không thể gọi là ngắn, chỉ vừa đủ trở thành kỷ niệm để nhớ đời, nhất là kỷ niệm về một cái Tết không cửa không nhà ở nơi xa lạ. Còn nhớ, ngày đầu tiên đối diện với bãi rác cao nghệu, bốc mùi hôi thối, cùng với lủ chuột bọ, ruồi muỗi dày đặc, khiến nó cảm thấy sợ hải định quay đầu bỏ chạy, cho dù trước đó đã bịt kín miệng mũi bằng hai lớp khẩu trang, sức đủ loại dầu, nhưng vẫn bị nôn oẹ, ói mửa, trưa về không nuốt nổi muỗng cơm, chén cháo, vì trong đầu lúc nào cũng bị ám ảnh với đủ loại rác. Không ngờ, chỉ sau thòi gian ngắn hoà nhập, làm quen, với đủ mùi xủ uế, hôi thối, nó quên bẵng cảm giác khiếp đảm ban đầu lúc nào không hay. Để rồi, ngày nào không có mặt trên bãi rác, ngày đó nó lại cảm thấy nhớ nghề, nhớ cái mùi tanh tưởi đến quay quắc.

Tết. Hôm qua, nó vô tình nghe các chị lớn bàn luận chuyện têt nhất, thấy mà tủi thân cho cảnh nghèo khó của bao người. Có chị còn tự trách lấy mình “hôm nay đã hai mươi chín Tết rồi, làm lụng suốt năm vẫn không đủ tiền mua nổi cho bọn nhỏ bộ cánh để mặc Tết với người ta”. Trời đất, hôm nay đã hai mươi chín Tết rồi sao, thảo nào mấy bữa nay xe rác đổ về đây lượng rác nhiều vô kể, khiến ai nấy làm việc không ngơi tay, hơi sức đâu để ý tới ngày tháng?

Rác. Nó nhìn đâu đâu cũng thấy rác là rác, rác hiện diện khắp mọi nơi, ngập ngụa trong bùn, chất đống cao như núi, bốc mùi hôi thối, đeo bám trên đầu, trên tóc, trên quần áo; thậm chí, cả trong hơi thở cũng nghe thấy mùi rác. Cái nghề chưa chắc dễ dàng kiếm sống như nhiều người tưởng; trái lại, đổ mồ hôi, đổ cả máu, nếu chẳng may bươi trong rác thải, chạm tay phải mảnh vỡ thuỷ tinh, vật thể nhọn sắc, cứa vào thân thể; chưa kể bệnh tật luôn rình rập, đeo bám, do hít thở không khí ô nhiễm, bệnh đau mắt, bệnh đường hô hâp, bệnh đường tiêu hoá. . .

Ồ! Hai chín hay ba mươi Tết đã sao, những ai kiếm sống dựa vào bãi rác, tương lai vô định, dám đâu mơ ước chuyện tết nhất xum vầy, chỉ mong ngày hai bữa kiếm đủ miếng ăn cho vào miệng, âu cũng là hạnh phúc lắm rồi. Tuy ngoài miệng nói cứng, nhưng trong thâm tâm nó luôn coi trọng việc lễ nghĩa, cho nên vào các ngày lễ têt đối với nó, không chỉ linh thiêng mà còn vô cùng quan trọng. Vì thế, nó quay sang hỏi mẹ nó cũng đang làm việc ở ngay bên cạnh:

- Mẹ ơi! Hôm nay đã là trưa ba mươi Tết, mẹ không định

mua bán gì sao?.

Tạm dừng tay lại, quệt những giọt mồ hôi đọng đầy trên trán, người mẹ trả lời con trai:

- Chỗ ở chúng ta tuềnh toàng quá con à, mẹ nghĩ không nên sắm sửa làm gì cho thêm phần tốn kém, trong khi những thứ cần thiết như: thịt kho trứng vịt, dưa giá, khổ qua hầm, me đã chung tiền nấu chung với người ta cả rồi.

Nó chặc lưỡi nói:

- Nhưng it ra, mẹ cũng nên sắm sửa cho mình vài bộ đồ mới, thay cho số quần áo cũ đã sờn rách.

- Ôi dào, mấy ngày này mẹ có ra ngoài đâu, mà mua sắm làm gì cho phí, để dành số tiền đó cho con cưới vợ sau này.

Nghe mẹ giải thích, nó cảm động qùi xuống, ôm lấy chân bà nói:

- Con chỉ muốn được sống bên mẹ trọn đời.

Xoa xoa tay lên đầu con trai người mẹ an ủi nó:

- Qui luật không cho phép ai sống mải được, vì thế con cần có một gia đình để tiếp tục cuộc sống.

- Nhưng gia đình ta nghèo thế này ai chịu gả con gái cho con hở mẹ?

- Con đã nghe câu này chưa "có gió chuông sẽ rung"..

- Gì thì gì, con chỉ muốn được sống bên mẹ mãi mãi.

Đở con trai đứng lên người mẹ nhìn con âu yếm nói:

- Quỉ thời gian của mẹ không còn nhiều lắm đâu con.

- Vì thế con mới xin mẹ lo cho sức khoẻ của mẹ trước đã.

- Song mẹ không thể yên tâm khi thấy con chưa yên bề gia thất.

- Chuyện vợ con là do duyên phận, mà duyên phận thì do ông trời sắp đặt hết cả rồi mẹ ơi.

- Hay ta tạm dừng chuyện cưới xin tại đây, đợi qua Tết ngày rộng tháng dài bàn lai sau cũng chưa muộn, trước mắt mẹ con ta hãy đi nhặt những gì có thể, kẻo bãi rác sắp tới giờ đóng cửa.

Ôi! Mấy hôm nay, ngày nào bãi rác cũng ra rả thông báo, thời gian nghỉ Tết bắt đầu tứ trưa ba mươi tháng chap cho đến hết ngày mùng hai..Điều này, đồng nghĩa với việc không ai được phép ai lai vảng ở bãi rác trong mấy ngày Tết, trừ lủ ruồi muỗi, chuột bọ, mùi xủ uế, tha hồ thao túng. Đến lúc đó, mẹ con nó sẽ là tỉ phú thời gian, bởi không biết làm gì, đi đâu, cho hết ngày giờ.

Nghĩ mà buồn, đang yên đang lành Tết tới làm gì không biết, khiến cho mọi người tất bật, vắt giò lên cổ chạy đi mua sắm, sửa sang lại nhà cửa, chỉ để chào đón năm mới.

Đang bơi bên dòng suy tưởng, nó bất chợt bị đánh thức bởi tiếng đông cơ ồn ào của một đoàn xe nối đuôi chờ ngoài cổng. Nó ngạc nhiên hỏi lại chính mình "chuyện gì đang xảy ra"? Cùng lúc nó kịp nhớ ra, trưa nay đã là ba mươi Tết, có thể đây là những chuyến xe chở rác cuối cùng, tập trung về đây đổ trước giờ bãi rác đóng cửa nghỉ Tết. Từ đó, nó phát hiện số rác trên xe đổ xuống, gồm nhiều loại trái cây, bưởi bòng, dưa hấu, đào, mai, quất, vạn thọ. . . bị chặt phá một cách vô tội vạ. Nghe kể, đó là hậu quả của việc mua bán không đồng thuận, khi người mua lợi dụng thời gian hoạt động chợ hoa sắp kết thúc ép giá, trong khi người bán thà phế bỏ hàng hoá của mình cho hả cơn tức giận, chứ không chịu bán rẻ.

Nghĩ cũng ngộ, với những gì người khác vứt đi, lại là niềm vui của người nghèo khó, vì thế không ai ngại ngần nhặt cho mình một ít trái cây, vài chậu hoa, trong đó có nó, mang về chơi Tết, trong khi mẹ nó vừa dợm bước đi vừa ngoái đầu lại dặn:

- Mẹ chạy ra chợ mua it trái cây, nhang đèn, về thắp cho ba con mấy ngày Tết.

- Dạ, mẹ cứ đi rồi về sớm, ở đây đã có con.

Còn lại một mình, nó đứng nhìn theo bóng mẹ liêu xiêu bên tuổi xế chiều khuất dần nơi phía cổng, khiến nó cảm thấy nhói đau nhói từng khúc ruột, đánh rơi những giọt nước mắt lúc nào không hay. Chừng nghe thấy hai bên má nong nóng, nó mới biết mình vừa khóc, bèn cất tiếng nghẹn ngào gọi thầm: "mẹ ơi con bất hiếu vì đã để mẹ phải sống trong tuổi già bất hạnh". Thương mẹ, nó lại nhớ tới ba nó, người đàn ông đã hết mình chăm lo cho gia đình, cuối đời lâm trọng bệnh, sống vật vã trong sự đau đớn, chết đi sau khi phát hiện ung thư giai đoạn cuối. Ôi! Phải chi giờ này ba nó còn sống, mẹ nó đâu phải sống đời goá bụa, không cửa, không nhà, còn nó đâu phải trân người dưới nắng kiếm ăn. Ngược lại, sẽ hạnh phúc biết bao, khi cả nhà ngồi ăn bên nhau bữa cơm chiều ba mươi Tết, hay chờ đón giây phút giao thừa linh thiêng, tiến hành lễ "tống cựu nghinh tân". Nhưng hỡi ơi, những hình ảnh thân thương thuộc về ngày xưa ấy, đã không còn hiện hữu trên cõi đời hoặc đã trôi theo thời gian lui dần vào quá khứ, chỉ còn lưu lai trong tâm tưởng mẹ con nó ít nhiều kỷ niệm để mà nhớ nhung tiếc nuối.T

Buồn. Nó cảm thấy không còn lòng dạ nào để tiếp tục công việc được nữa, bèn dọn dep các thứ kiếm được trong ngày, tất cả cho vào bao tải cột lại, vát lên vai ra về cùng với mấy châu hoa. Tình cờ, trên đường trở về nhà, lúc đi ngang qua xóm lao động nằm đối diện với bãi rác, nó nghe văng vẳng đên bên tai bài hát ca ngợi mùa xuân đầu tiên.

"Rồi dặt dìu mùa xuân theo én về/ Mùa bình thường mùa vui nay đã về/ Mùa xuân mơ ước ấy đang đến đầu tiên/ Với khói bay trên sông, gà đang gáy trưa bên sông/ Một trưa nắng cho bao tâm hồn . . . "

MINH NGUYỄN

Thơ hay ý đẹp:

Chắc từ vô lượng đã gieo
Nên duyên nợ trói buộc nhau vô hình
San Phi *(trích từ bài thơ: Dấu Chân Tròn Trên Lá)*
5.24.10.24

—

Mặt trời nhập định sáng nay
Là mưa thừa thắng cả ngày
Làm thơ
Hồ Xoa *(trích Hành trình Xuân)*

—

em nhón chân hôn một nụ
giữa thế kỷ nhạt, tẻ
Hứa Hiếu

—

Xiêm y trút cánh hoa trinh bạch
Vũ khỏa thân xao xuyến tâm thần
Tiểu Lục Thần Phong *(trích Dưới chân hoa trắng)*

TIỂU LỤC THẦN PHONG
DƯỚI TRĂNG HOA TRẮNG

Đẹp thướt tha mấy nàng ma nữ
Múa rập rờn trong những đêm trăng
Ngọc ngà da mơn mởm tuyết băng
Thân thơm quá ngỡ rằng phong nhụy

Bọn đồng nam véo von tiếng hát
Khúc hạc cầm bát ngát trời mây
Hoa dưới trăng khoảnh khắc này đây
Đêm tận hiến lòng say bất tận

Xiêm y trút cánh hoa trinh bạch
Vũ khỏa thân xao xuyến tâm thần
Người cùng ma nhịp điệu lâng lâng
Tình giao hoan muội mê nhân thế

Bọn đồng trinh cực đỉnh đêm trăng
Say ngây ngất tàn canh tận hưởng
Đời lạc loài cất lời ca xướng
Giữa đất trời huyễn tượng sương sa

Bọn đồng trinh trỗi giọng ngâm thơ
Ấy câu chữ gã khờ lãng tử
Những trái tim đầy tình lữ thứ
Người yêu ma đã tự bao giờ

Đêm tàn canh hoan lạc trăng mờ
Có ngại chi người ngờ hay chẳng
Giữa vườn khuya dưới trăng hoa trắng
Vũ trụ xanh vệt sáng sao băng

TIỂU LỤC THẦN PHONG
Ất Lăng thành, 0524

HỒ XOA
Hành trình Xuân

Mặt trời nhập định sáng nay
Là mưa thừa thắng cả ngày
Làm thơ
Chữ, câu...
Khói thuốc dật dờ
Chợt câu cơm áo bất ngờ lên ngôi
Câu thơ muốn xẻ làm đôi
Đổ nguyên bát rượu
Cái nồi vẫn lưng

Bây giờ áo mặc nửa lưng
Quần "rin" xé gối
Hát lời Tề thiên
Mưa bay thế kỉ ưu phiền
Tiếng chuông rụng xuống
Mọi miền
Nửa ma, nửa Phật
Nghe triền phược trôi

Bao nhiêu tháng chạp qua rồi
Mùa đông vẫn giữ chỗ ngồi
Chờ xuân...

HỒ XOA

HỨA HIẾU
Tôi là khu rừng buồn

Tôi mọc lên giữa đời
một nhánh cụt không cây
như mọc lên giữa trời
một cụm mây thiếu gió

Tôi mọc lên bên cạnh một huyệt mộ
một tấm bia vô danh
bao nhiêu kiếp đời qua lại
ghé, vái, xong, rồi bỏ đi nhanh

Tôi là khu rừng của nỗi buồn
chưa hề được phát quang
Bạn đừng kỳ vọng
bước vào đó
con dao đi rừng của bạn sẽ không tìm được lối mòn

Đời là ghềnh đá con
Em nằm phơi trên tôi
lắm câu thơ sái vận

Tôi đi nhặt nhạnh lắm tâm hồn
đang lưu lạc ở ngã tư
nơi cắm nhiều bảng hiệu chờ và đợi
ngồi đồng tại đó cả đời

Em theo tôi làm thơ
nhưng không biết gieo vần
áo quần em xốc xếch
hở hang nguyên bài thơ
câu thơ tôi nấc cụt
và chết bởi mùa xuân
*
Tôi trồi lên giữa đời
sau một mùa đông lạnh ngắt
em nhón chân hôn một nụ
giữa thế kỷ nhạt, tẻ

Bài thơ của hai chúng ta
cùng chung một dấu chấm
hết
Cùng chung một dấu
chấm buồn.

HỨA HIẾU

TRẦN QUÝ TRUNG
Trời ơi Phật hỡi!

Nhiều lúc tôi tự hỏi
Có trời có Phật không
Sau cứ để loài người
Bắn giết nhau
Máu chảy thành sông

Sao những tên bạo chúa
Vẫn sống dưới nắng hồng
Hô hoán ba quân xông vào lửa đạn
Hả hê cười cảnh máu chảy thành sông

Sao không nghe lời Phật dạy
Mà u mê ở mãi ngôi nhà Trời
So với thời gian nhiều thập kỷ
Thì cuộc đời chỉ có một trăm thôi

Vô thường định luật thuở khai thiên
Sinh ly tử biệt đầy não phiền
Hãy nắm tay nhau
Thương yêu bao dung và Nhẫn nhục
Thì cuộc đời
Thành một cảnh thần tiên

TRẦN QUÝ TRUNG
October 10,2023 9:00 AM

HUỲNH VIẾT TƯ
bất tận cùng em

Anh choàng tỉnh sau những đêm dài mệt mỏi với trò cút bắt những cuộc tình
gặp em nơi xứ sở ngàn hoa mênh mang sương khói
hồ Xuân Hương thăm thẳm những đám mây lơ đãng chiều buông
em thướt tha tơ lụa và biêng biếc mắt bình minh ngơ ngác
trong màn sương mỏng em hây hây đôi má hồng để trái tim
anh chông chênh và lòng xao xuyến bâng khuâng phiêu
cùng đất trời với làn môi thắm sắc tigon

khát khao quẫy đạp ân ái cuộc tình nồng vô tận
đắm say trong ngàn hoa sương khói hư hao mộng mị
khi tượng đài thiên nhiên ban tặng hiện ra mồn một
khát và cháy niềm say ngọn lửa bập bùng trái tim yêu đắm đuối trong chiều hoang hoải

lời đã cạn khi biểu đạt sự cuồng si ân ái
anh dâng hết những cảm xúc đang yêu phiêu cùng em và đất trời trong bất tận
xin nguyện cầu các đấng toàn năng của tạo hóa hòa tan anh và em!
anh quỳ xuống ôm em và đón nhận trọn vẹn những giọt cam lồ từ hồ lô tuôn chảy

những chiếc lá vàng rơi xuống mặt đất
hóa thành mùn nuôi dưỡng ươm mầm cho khe suối tình t uôn chảy cho hoa lá cỏ non xanh
để anh được hôn cuồng nhiệt mảnh đất quê hương nơi sinh thành vạn vật
trong giấc mơ hoa - em là của riêng anh!

HUỲNH VIẾT TƯ

NAM GIAO.
NHƯ BÓNG MÂY TAN

Thảo đang ngồi xem Ti Vi thì bỗng nghe tiếng chuông điện thoại reo vang liên hồi. Thảo vừa với tay bắt điện thoại, vừa lẩm bẩm trong miệng;

" Lạ quá..lạ quá. Ai lại gọi điện thoại vào giờ này vậy cà?" Thảo tằng hắng và lên tiếng: - "A lô, a lô. Rồi đưa mắt nhìn lên chiếc đồng hồ treo trên tường.

Bây giờ là mười giờ đêm rồi. Thảo nghe bên kia giọng nói nhẹ nhàng của người đàn ông: - " Có phải là em đó không? Phụng?" Thảo tần ngần một lúc thật lâu, trong khi tiếng nói của người đàn ông vẫn trầm ấm hỏi nhỏ: - "Em có khỏe không hở Phụng? Giờ này mà em vẫn chưa ngủ à?"

Thảo cúp máy nghe. Nàng thẫn thờ buông tiếng thở dài. Bao nhiêu câu hỏi về người đàn ông xa lạ này luôn lẩn quẩn trong tâm trí của Thảo. Đã có nhiều lần người đàn ông xa lạ này gọi điện thoại về cho Mẹ. Hôm nay Mẹ đi ngủ sớm, nên cuộc gọi này Thảo mới được nghe. Là ai vậy? Có phải Mẹ mình có quen với một người đàn ông khác? Cũng không phải như thế đâu. Bởi Thảo chưa nghe Mẹ tâm sự bao giờ và Thảo cũng chưa thấy được Mẹ mình đã quen biết những ai kể từ khi Thảo lớn lên trong gia đình này. Thảo chỉ nhìn thấy nét mặt của Mẹ mình phảng phất nét buồn dịu dàng thầm kín thường ngày, kể từ khi Ba của Thảo qua đời cách nay gần bốn năm rồi. Thảo tắt Ti Vi và đi thật nhẹ ngang qua phòng ngủ của Mẹ. Thảo liếc mắt nhìn thấy Mẹ đang ngủ say mà trên nét mặt vẫn còn có những nét đăm chiêu, nghĩ ngợi đâu đâu. Tóc Mẹ vẫn dài xoã rối trên nền trắng phao của chiếc gối và tay Mẹ nắm lại như đang giữ thật chặt một cái gì đó mà không muốn rời xa nữa. Thảo chép miệng thở dài và đi nhanh về phòng ngủ của mình.

Thảo biết rằng bao nhiêu nghi vấn về Mẹ sẽ làm cho Thảo mất ngủ đêm nay đấy. Đã có ba lần Thảo bắt điện thoại và nghe tiếng nói của người đàn ông ấy mà. Và chỉ nghe được có bao nhiêu tiếng như thế rồi thôi. Ông ấy nghe tiếng mình mà lại nghĩ rằng đây là tiếng hỏi của Mẹ mình chứ gì? Thảo lắc đầu và chép miệng " Đúng rồi, nhiều người trong gia đình thường nói là giọng nói của Thảo sao mà giống như giọng nói của Mẹ Phụng đến thế." Nên người đàn ông ấy vẫn cứ nghĩ là Mẹ mình đang bắt điện thoại. Thảo nằm xoay người nhìn vào tấm hình của gia đình treo nơi tường. Ba và Mẹ đang mỉm cười bên đứa con gái nhỏ. Thật hạnh phúc Và Thảo chợp mắt đi vào giấc ngủ.

Phụng của những năm - tháng mới qua định cư nơi đất Mỹ thật ngây thơ và hồn nhiên, mặc dù đã có hai mươi bốn tuổi đời. Nàng sống cùng gia đình Cha Mẹ tại thành phố Phoenix, Arizona. Phụng rất đảm đang trong mọi công việc từ ở công ty cho đến gia đình. Phụng sống rất giản dị, không đua đòi mua sắm như những bạn cùng làm chung hãng xưởng.

Phụng vẫn luôn tâm niệm rằng - vật chất bên ngoài không thể nào che lấp nỗi những cái xấu thể hiện bên trong và con người luôn được đánh giá cái đẹp của người chính là cái đẹp của tâm hồn vậy. Phụng sống rất hiếu thảo với Ba Mẹ từ khi lớn lên và biết được công ơn sinh thành và dưỡng dục của ba mẹ sánh cao như Thái sơn và bao la như biển rộng, sông dài. Nhưng nàng vẫn chưa nghĩ đến việc thành lập gia đình, mặc dù Ba Mẹ của nàng cũng có lúc gợi ý với nàng về vấn đề này nhiều lần. Biết Ba Mẹ vẫn muốn có cháu ngoại để nâng niu, chăm sóc, nhưng đối với Phụng, chưa có người nào làm cho Phụng để tâm thương yêu được. Không phải Phụng cầu cao, tự mãn về nhan sắc của mình hay sự giàu sang của người mà mình lấy làm chồng. Đối với Phụng, người Phụng thương yêu cũng thật bình thường và luôn có tâm hồn cởi mở, biết tôn trọng nhau và biết cách tha thứ cho nhau những lầm lỗi trong cuộc sống này. Một hôm, Phụng đọc báo thấy trong mục tìm bạn cọ một người nam đăng lời rao tìm bạn thật đơn giản: " Nam ba mươi hai tuổi độc thân, vui tính, chung thủy, có nghề nghiệp vững vàng. Muốn kết thân với người khác phái, nếu hợp sẽ đi đến hôn nhân. Email về....

Và Phụng đã gửi email làm quen với người ấy. Thật không ngờ, qua nhiều lần trao đổi email qua lại, Phụng như đã thấy mến khi đọc những dòng chữ thân tình của Thiện - người thanh niên ấy. Với thời gian quen biết để đi đến thương yêu nhau,

Phụng và Thiện đã trải nghiệm lòng của nhau gần ba năm dài. Vui nhiều hơn là giận hờn nhau, cho nên tình yêu luôn nhân lên đến khi hai gia đình có cuộc gặp gỡ và trao đổi về ngày tháng để làm lễ thành hôn cho Phụng và Thiện. Đến lúc này thì mọi việc mới vỡ lẽ ra.

Thật không ngờ khi gần đến ngày cưới của Phụng và Thiện thì Thiện lại bị tai nạn xe hơi thật nặng và phải vào bệnh viện cấp cứu. Ba Mẹ của Thiện bối rối vô cùng và chẳng biết xoay sở làm sao. Nhưng Thiện lại có người em trai song sinh và giống Thiện như hai giọt nước. Người em trai đó tên là Minh. Tính tình Minh cũng giống như tính tình của Thiện. Nên Thiện gọi em mình đến và tâm sự hết mọi chuyện tình cho Minh nghe về Phụng. Minh thật bất ngờ về chuyện tình của anh mình. Nhưng qua sự thuyết phục của Ba Mẹ và của anh Thiện, thì Minh cúi đầu chấp nhận cuộc tình với Phụng.

Đám cưới của Phụng và Minh diễn ra thật vui đúng ngày tháng như dự định. Minh cũng giấu kín đi thân phận mình và sống vui, sống hạnh phúc cùng với Phụng nơi căn nhà của gia đình Ba Mẹ Phụng. Có nhiều khi vui miệng, Phụng hỏi Minh: " Sao những ngày tháng mình quen nhau ấy mà anh lại lấy tên là Thiện vậy?" Minh mỉm cười thật hiền và nhìn Phụng trả lời:" Hồi ấy anh hai của anh bảo anh lấy tên Thiện cho dễ dàng gặp được người mình sẽ yêu thương. Bây giờ thì gặp được rồi, anh lấy tên thật của mình. Anh rất mãn nguyện khi cưới được người con gái hiền lành và dễ thương, đảm đang như em." Cả hai người cùng cười và cùng hướng lòng về tương lai tốt đẹp. Nhưng đối với Minh, bây giờ chính Phụng là người vợ tuyệt vời nhất. Đôi lúc Minh nghĩ lại - có phải đây chính là duyên nợ của Minh mà anh hai Thiện là người đã se mối chỉ tơ duyên cho mình với Phụng. Minh chưa thật sự nghĩ đến những cảm giác đau buồn của Thiện mà Thiện cố che giấu trong tận đáy lòng của mình để giúp cho gia đình của đứa em mình sống trong hạnh phúc. Trong ngày cưới của Phụng và Minh, Thiện nằm một mình trong bệnh viện, chân đang băng bột vì tai nạn xảy đến thật bất ngờ. Thiện đọc lại từng lời yêu thương của Phụng gửi đến cho Thiện kể từ lúc hai người mới quen nhau cho đến nay. Có gần ba trăm lá thư được gởi qua dạng email. Đọc đến đâu là dòng cảm xúc dâng trào trong lòng làm cho Thiện ứa nước mắt đến đó. "Anh chỉ có thể giữ lấy những tâm sự này - mãi mãi chôn thật sâu trong tận đáy lòng mình và có thể nó sẽ còn gắn bó mãi hoài với anh trong suốt cuộc đời." Thiện nghĩ thầm. Dù sao đi nữa, với bổn phận làm anh, Thiện vẫn mong muốn cho em mình và Phụng luôn có được những tháng - năm dài thật dài hạnh phúc

Thảo là đứa con gái đầu lòng của Minh và Phụng. Khi Thảo vừa tròn mười bốn tuổi thì Minh lên cơn bệnh nhồi máu cơ tim nặng, phải đưa vào bệnh viện điều trị. Trong những giây phút cuối đời, Minh đã nói hết những tâm sự của mình cho riêng một mình Phụng nghe và xin Phụng hãy tha thứ cho Minh. Phụng có ngỡ ngàng thật sự, nhưng Minh đã đóng vai một người chồng thật hoàn hảo với chính Phụng và với gia đình này.. Phụng làm sao không yêu thương Minh hết lòng cho được.. Minh đã nghe thấy rõ sự cảm thông của Phụng dành cho mình thì yên tâm nhắm mắt xuôi tay mặc cho Phụng và Thảo gào thét lên trong nỗi đau đớn tột cùng.

Ngày đưa đám tang của chồng ra nghĩa trang, Phụng thấy anh Thiện xuất hiện với dáng đi nghiêng hẳn qua một bên vì đôi chân không còn đều nhau. Gương mặt của anh Thiện và của chồng nàng giống nhau như hai giọt nước. Thiện nhìn nàng bằng đôi mắt như an ủi, như thầm cảm thông cho những trái ngang, đau khổ đang giáng xuống cuộc đời nàng. Và kể từ đấy, Phụng luôn sống trong sự tĩnh lặng. Mỗi khi nhớ lại những lời thư trong email gửi cho Thiện ngày ấy là lòng nàng như có ai cào, ai xé cho rách ra, cho vết thương lòng cứ từ đấy luôn rỉ máu. Và cuộc đời của Thiện, từ khi Phụng lấy Minh - em của mình - thì anh vẫn sống độc thân cho đến ngày này, Chính hình ảnh của bác Thiện luôn tạo cho Thảo một sự thắc mắc lớn. Mỗi lần nhìn thấy Mẹ buồn là Thảo lại hỏi Mẹ:" Mẹ à, sao con thấy Bác Thiện và Ba của con sao mà giống nhau quá vậy, hở Mẹ? Giống nhau ở ngoài đời và giống nhau luôn ở trong tấm hình chụp Mẹ và Ba Minh treo ở nhà mình nữa." Nghe con Thảo hỏi như thế, Phụng chỉ thở dài và trả lời buồn buồn: -" Con à, Bác Thiện và Ba Minh của con là hai anh em song sinh đó. Ba Minh của con sanh sau bác Thiện chỉ mươi phút thôi."

" Mà sao Mẹ lấy Ba Minh mà Mẹ biết Ba Minh là người Mẹ thương yêu? Có khi nào Mẹ thương lầm hay không hở Mẹ?" Phụng nhìn con gái đang hỏi mình mà khó có câu trả lời cho chính xác được. Phụng lại chợt nghĩ - " Nếu chẳng may mình về làm dâu bên nhà chồng thì không biết phải nhận xét và xử trí ra sao khi chồng và anh của chồng giống nhau như hai giọt nước. Sống riêng như thế này mà còn không phân biệt được, cứ nghĩ rằng anh Minh là Thiện của những ngày tháng xa xưa, những dòng thư email như..." Phụng không dám nghĩ tiếp, bởi vì nàng đang có nỗi đau thầm kín mà không một ai có thể chia sẻ được cho nàng.

Dòng đời cứ lặng lẽ trôi và không một ai có thể nghĩ rằng những tình huống bất ngờ sẽ luôn rình rập và gây ra những xáo trộn đau buồn đến cho thân phận con người. Quy luật "sinh, lão, bệnh, tử mà phàm làm người phải trải qua. Ngày Thảo nhận bằng tốt nghiệp bác sĩ y khoa thì đúng là ngày Mẹ Phụng của nàng qua đời. Thảo đã nhận lãnh tất cả niềm đau của Ba và Mẹ mình. Nếu không có ông bà Ngoại luôn kề cận thì không biết cuộc đời của Thảo phải sống ra sao nữa.

Một hôm nhân tiết Thanh Minh, Thảo mang những bông hoa đẹp nhất vào nghĩa trang để lễ Mẹ và Ba thì Thảo chợt bàng hoàng, kinh ngạc. Bóng dáng người đàn ông tóc đã hoa râm đang phủ phục trên ngôi mộ của Mẹ mình." Người ấy có điên hay không mà lại nhầm lẫn như thế này?" Thảo nhanh chân bước lại gần mộ Mẹ mình trong lúc người đàn ông kia dường như không cần nghe tiếng bước chân của nàng. Thảo hỏi lớn tiếng: - " Thưa ông, ông có nhầm lẫn ngôi mộ này với ngôi mộ của bên gia đình ông hay không?" Vẫn không có tiếng trả lời. Thảo nói thật nhẹ nhàng khi đã đứng sát bên người đàn ông lạ: - " Thưa ông, đây là phần mộ Mẹ của cháu... đấy." Chưa kịp để nàng nói dứt lời, người đàn ông lạ kia ngoảnh mặt lên nhìn nàng trong nước mắt ràn rụa đang chảy dọc xuống thấm đẫm đôi môi khô cằn. Thảo chỉ kịp thốt lên trong sự ngỡ ngàng: - " B...á..c ...Th.i..ệ.n.!!

NAM GIAO /AZ.

QUẢNG XUÂN
CHUYỆN TÌNH XƯA CŨ

Ta ôm mãi một chuyện tình xưa cũ
Mỗi đêm về uống mộng mị chiêm bao
Giấc mơ đời trôi theo dòng nước lũ
Mà sầu dâng… dâng ngập lối khôn cùng

Phố xưa ấy có còn dấu bước chung
Nay đoạn tuyệt mỗi người riêng một bóng
Gió đưa lá tưởng người mình trông ngóng
Trong mông lung cứ ngỡ bước ai về

Đông tuyết lạnh hoa sầu rơi nhè nhẹ
Nỗi cô liêu nghe buốt tuổi Thiên Đường
Em ở đâu Tây phương hay địa ngục?
Ta theo về trong cơn lốc…cuồng si

Ai ai đã gây nên cuộc chia ly?
Mà nỗi nhớ kinh hoàng thành ác mộng
Đến kiếp nào màu hồng ta đổi được?
Cùng nhân thế cặp thiên nga hạnh phúc...

QUẢNG XUÂN
September 22th 2024

QUẢNG XUÂN

THU ĐAU

Mùa về
 Trải giâc mơ hoang
Tóc em trong gió
Mây ngàn xôn xao

Giọng nàng
Màu lá ngọt ngào
Ủ tình thu đượm
Mộng trào cúc hương

Hồn anh
Giăng mắt hoan trường
Lung linh sao sáng
Đêm thường bên nhau

Lá xanh
Nay đã đổi màu
Nghe trong rớt rụng
Nỗi đau địa đàng

Sông mây
hư ảo dáng nàng
In vào thu nước
Trong ngần nhớ nhung.

QUẢNG XUÂN
October 10th 2024

TRỊNH MINH HIẾU

CHUYỆN THỜI THẾ

Đu ngã ba làng. Tụi trẻ trâu có đến gần chục đứa cứ hếch lên ngó nghiêng. Chúng thấy lạ. Trời cực nóng. Mới sáng, nắng đã hun như hun chuột. Thằng nào, thằng ấy trần trùng trục. Hai xỏ quần đùi thốc lên tận bẹn mà mồ hôi vẫn nhễ nhoại. Rôm vẫn cắn rôm rốp từng bãi. Có lúc, phải ngoéo tay sau lưng nảy ngứa rần rật. Thế mà, đường làng vẫn rộn ràng. Lúc mấy cụ ông. Lúc lại mấy cụ bà. Các cụ ông mặc bộ quần áo ra đình màu cứt ngựa, trên đầu quấn một ụ khăn to. Các cụ bà kéo lê bộ áo dài vẫn mặc lên chùa. Các cụ vừa đi, vừa nói chuyện, vừa đợi nhau, vừa ngẵng lại để rướn lưng. Sau mới biết, đám các cụ đi khai tượng ở nhà cụ Tọ.

Cụ Tọ năm nay tuổi cũng đã bát niên. Dáng người cụ nhỏ thó, nhanh nhẹn. Cụ vẫn giữ nếp xưa như một bản sách cổ mộc quý hiếm. Cụ vẫn đi chân đất. Vẫn ra bể vục nước mưa uống. Vẫn phe phẩy cái quạt mo cau. Cụ bảo chả bao giờ tao mất một đồng, một cắc nào để mua giày dép. Tuy già nhưng cụ vẫn minh mẫn, nhớ rạch ròi từng chi tiết. Cụ hay kể những câu chuyện như các cụ già trong làng vẫn kể. Những câu chuyện "ngày xửa, ngày xưa" hao hao cổ tích nhưng thay vào cái mốc thời gian ấy là "thời tây, thời ta, thời còn ma các cụ".

Kể, để cụ căn truyền lại cho con cháu thuyết nhân quả, ở hiền gặp lành, ở ác gặp ác, ác giả ác báo... Rồi cụ vận vào một cách nhỡn tiền. Cụ bảo, mấy đời nhà cụ chỉ biết sống thiện lương, chỉ biết trần lưng cho đất, bán mặt cho giời, cày sâu cuốc bẫm, không gian, tham, ác bá nên mới giữ được hồng phúc cho đời con cháu bây giờ. Quả thật, phải phúc cao, đức dày, nhà cụ mới hậu sinh khả úy. Bố chân đất mắt toét, con xế hộp siêu đẳng. Bố cả đời, đầu làng, cuối xóm, con trâu đi trước, cuốc, cày theo sau. Con mới tí tuổi đã trong nước, ngoài nước, tứ xứ giang hồ. Chỉ tính dinh cơ ở quê, dinh cơ đất vàng phố cổ thủ đô, lão Tráng con trai cụ đã nhất nhì cả cái vùng này.

Lão Tráng năm nay đã ở ngưỡng "tri thiên mệnh". Lão thuộc loại khôn rách giời rơi xuống. Đầu chứa toàn sỏi đen. Hồi trẻ, lão chạy được suất đi lao động bên Đức mấy năm. Khi về, có tí vốn trong tay, lão đi lùng mua những mỏm đất rìa nghĩa trang, những ruộng muống, bãi rác ở ngoại vi thành phố. Mua xong, lão dựng túp lều rồi lấn dần ba bề bốn bên. Cơi cơi vài năm, đất đẻ thừa cơ số, lão mới chạy sổ đỏ rồi xây nhà lên bán. Cơ nghiệp phất lên từ đấy.

Lão Tráng được biệt danh là "Tráng Tọ". Việc khó đến nước đập đầu vào đá nhưng vào tay "Tráng Tọ" lại nghênh ngang như kiến múa sừng. Dựa vào các mối quan hệ, lão còn chạy ghế, buôn quyền, bán chức cho các quan. Bản thân lão không biết lính tráng ngày nào song hàng tháng vẫn lĩnh trọn một cục lương đại tá. Tuy nhiên, không phải ai cũng nể phục lão. Cái thói ganh ghét, hạ bệ của thiên hạ cứ hay dòm vào những chỗ xung yếu của lão. Vì thế, họ hay tò mò, tọc mạch về cái lý lịch của nhà lão.

Họ đồ rằng, lão không phải con ông cháu cha nhưng dựa được ghế "cụ" to nên mới có được những thế cờ "tiên nhân chỉ lộ" siêu phàm đến thế. Họ cũng hay cớm chuyện để tra ra vố gốc cây tiền cây bạc của lão. Song "kiến trộm trứng, rận vượt cạn" còn không qua nổi mắt lão nữa là mấy trò ơ, a tập vần của trẻ con. Lão hay cười khề khề rồi cắt roẹt một câu chắc củ: "Thời thế, thế thời! Mưu sự tại nhân. Thành sự tại Thiên!". Xong, lão đứng phắt dậy. Lão biết rõ những kẻ ấy luôn giấu xà beng, nhăm nhăm hở cơ để đào gốc rễ tông tích, họ hàng hang hốc lý lịch nhà lão.

Lý lịch năm đời nhà lão được kể như sau: Cụ tổ, tên nôm là cụ Trần Công Tấu. Tính từ cụ Tấu xuống, lão Tráng là đời thứ năm. Ngót nghét đã già trăm năm. Hiện, cụ không còn vết tích gì. Mộ cụ cũng mất. Ngày giỗ cũng mập mờ. Nghe truyền lại, cụ gốc người đàng trong. Người thì bảo, cụ đang làm quan to nhưng gặp lúc triều đình loạn nên từ chức quan về đây ở ẩn. Người lại nói, chả quan quách gì, chỉ là dân thường, tay bị tay gậy trôi dạt về đây.

Xưa nơi này đồng rộng, cống to, cò bay sải cánh, con người hiền lành thật thà nên cụ xin ngụ cư rồi đến các đời con cháu sau này. Thời thế, thế thời. Nay quan, mai dân. Nay võng lọng xênh xang. Mai sa cơ, lỡ vận cũng nên. Của cải, tiền bạc là thứ phù vân. Duy có danh thơm là lưu hậu thế. Danh thơm, sáng cả làng, sang cả họ, trải khắp giang san. Điều này thì cụ tổ không làm được. Đời sau, cụ Trạng cũng vô danh. Cụ Trạng rồi đến cụ Sớ. Cụ Sớ rồi đến cụ Tọ.

Mấy đời đều lận đận cái nghèo đeo bám. Lão Tráng vẫn hằn lên trong ký ức hồi còn nhỏ. Lần ấy, lão bị bố đánh vì tội hoang của. Tội cơm rơi xuống đất không nhặt lên. Mắt trước, mắt sau, thằng bé xoay gót rí nát nhẻm. Không ngờ, bố Tọ vẫn lia mắt bắt trúng quả tang. Chưa kịp gì, thằng bé đã bị bố bắt giơ cái chân lên rồi lấy luôn chiếc đũa cả quật đến tím chân. Đánh. Chửi. Rồi cụ đay đi đay lại: “Nhà tao ba đời làm thuê. Quanh năm cắm đất mặt nhọn. Cháo cám còn không có ăn. Phải nghèo kiết xác, chết đói rã họng mới chừa cái thói coi trời bằng vung. Cơm gạo là ngọc thực. Một đớn cơm cũng phải quý!”

Căn cơ đến cằn kiệt mà vẫn bần hàn. Giảm tô cải cách vẫn trong diện bần nông. Nhưng cũng được vẻ vang ngẩng đầu vài bữa vì được vào đội đấu tố, được chia hôi vài thứ của địa chủ, cường hào ác bá. Qua thời ấy rồi lại lụn. Lại mặt tro, mày trấu. Vặt mồm không đủ bỏ mũi. Đến đời lão Tráng, thời thế thay đổi. Lão Tráng cũng thuộc loại mẫn thời, cán thế nên mới được mở mày, mở mặt. Song, xét cho cùng, mặt người, khuôn số. Khôn, dại tại trời. Trời có mắt. Trời cắt đặt.

Vì thế, trời căn cho lão Tráng sướng đến nỗi không còn thiếu một thứ gì. Nhà cửa, con cái, tiền bạc, công danh, phú quý... Cái gì cũng có tất tần tật. Tuy nhiên, một thứ duy nhất như cái mẻ kho của Thạch Sùng, lão lại không có. Cái thứ “mẻ kho” ấy làm cho lão đến truyền kiếp cũng không dám ngẩng cao đầu mà vênh vang với thiên hạ. Nó rày rọt lão như một căn bệnh không có thuốc chữa. Sống ngày nào, rệt bệnh ngày đấy. Bệnh ngày, bệnh đêm. Nhắm mắt thấy bệnh. Mở mắt ra cũng thấy bệnh. Bệnh đau mà nhục. Nhục mà đau. Lý ra, lão được đứng võng vọt cao như ngọn cờ thiên hạ. Nhưng nỗi đau ấy, nỗi nhục ấy cứ như cái dây thòng lọng luôn giật cổ lão xuống.

Nó bảo: - “Nhìn lại đi! Tự thương đi! Săn đuôi, bám đít!

Giàu sang, danh giá gì? Ông to, bà lớn gì? Dù thời thế, thế thời thay đổi, tróc gốc nhà lão vẫn hạng BẦN NÔNG". Có đêm, lão nằm mơ ú ớ, cổ, vai đau cứng lại, muốn vùng dậy nhưng lại bị chẹt xuống. Hóa ra, lão bị một cái ách trâu bằng gỗ lim, bản mặt khắc chữ BẦN NÔNG to tướng tròng lên cổ. Đau đớn, khổ nhục, lão đành ngậm đắng, nuốt cay. Có hở miệng nói ra, khác gì vạch áo cho người xem lưng.

Lão cay nhất thằng cha Huyếnh. Thằng cha có mỗi trên răng, dưới cắt tút nhưng lúc nào cũng dương dương tự đắc: "Nhà tao ba đời địa chủ, phú nông, giàu nứt đố, đổ vách. Đời tao cũng thế. Đéo thấy nghèo bao giờ. Thế mới là đời!... Đ.M! Lũ chúng mày, Chẳng qua, thời thế, thế thời, cóc ếch rệch ngôi cao. Phỗng đít còn hay nổ! Ồm ộp lắm, có ngày cứt phọt lên đầu, chết vì thối!". Lão Tráng còn biết, thời ấy, nhà có hai con ủn trong chuồng đã được hạng phú nông. Một đàn gà túc tích dăm bảy con cũng thuộc trung nông. Khốn nỗi, nhà hắn không có nổi mấy thứ ấy.

Không cần tra từ điển, con cháu lão cũng hiểu rõ thành phần "bần nông" là thành phần bần cùng bần kiệt, là nhục, là mạt hạng thế nào. Vì thế, mục đích sống duy nhất của lão chỉ là tẩy trắng cái lý lịch bần nông. Chưa tẩy được, cũng phải lấp dần, ém nó xuống. Chuyện thời thế đâu tính ngày một, ngày hai. Cách lão đã làm là đứng vai trò Mạnh Thường Quân trong các kỳ cuộc cờ, đèn, kèn, trống từ tỉnh, huyện, xuống đến xã, thôn. Vì thế, lão mới được bầu tín nhiệm. Lão nắm trọng trách đến mười mấy cái trưởng ban, hội trưởng.

Lão đã luyện viết chính tả để sắm cái chữ ký "đại phát" cuộn như rồng bay và sắm cái triện vuông đỏ chót để đóng cho oai. Đi đâu cũng oách thế lắm. Phát biểu hùng hồn như có gang có thép. Nhưng khi đặt đít xuống, lão lại thấy hai chữ BẦN NÔNG như căng băng zôn thẳng trên đầu làm lão muốn đứt hơi. Lão khuyến khích con cháu vượt biên bằng con đường du học rồi định cư, làm quốc tịch mới, bỏ hẳn lý lịch bần nông, bỏ cả nguyên quán quê cha đất tổ này đi.

Bản thân lão cũng chẳng mặn mà gì với mảnh đất cha ông cụ kỵ. Cái biệt thự tây rõ sang trọng, ai đi qua cũng phải dừng lại ôi a thán phục nhưng lại cắm móng trên cái nền bần nông mấy đời. Cụ khốt nông tri điền nhà lão vẫn ngang ngạnh, cổ hủ. Cụ vẫn buộc chặt mấy cái liềm, cái lưỡi cuốc cất ở góc nhà. Góc vườn, vẫn có chĩnh tương đội nón quanh năm. Có lúc, lão Tráng thấy hoảng. Tương lai, chỉ khi, nhà nước này cải cách chế độ, xét lại thành phần lý lịch, nhà lão mới có cơ thay đổi. Cả cái lý lịch nhà lão Hạng nữa. Con cháu không ngóc đầu lên được vì dính phốt chính trị. Từ thời ông nội đi lính cho Pháp mà mấy đời con cháu vẫn treo tội. Nhưng thôi, đèn nhà ai, nhà ấy rạng. Lão phải tự cải cách. Nếu không cải cách, năm đời, chứ đến mười đời con cháu nhà lão vẫn mang lý lịch bần nông.

Trắng rễ thành phố nhưng vẫn nguyên quán làng Vi, thôn Tựu. Tuy nhiên, chỉ có đời lão là bị quàng vào cái hệ lụy ngặt nghèo, vai cùm, chân ách, tàn dư của phong kiến cổ hủ này. Còn thế hệ thằng con trai lão nó bảo không quan tâm, không liên quan. Nó chỉ quan tâm, tiền có bao nhiêu trong tài khoản, những ai nằm trong diện thừa kế. Lão cũng giận. Chúng chưa thấm nhục được nỗi hèn danh dự.

Lão biết, phải tự tay xoay sở chứ không trông hòng được ai. Nhà nước chưa cải cách, lão phải tự cải cách. Nhà nước chưa thay đổi, lão phải tự thay đổi. Đấy trọng trách nặng nề lão phải làm cho đến lúc nhắm mắt xuôi tay. Thật may, thời thế đã thay đổi. Mấy năm nay, xã hội giàu lên, thiên hạ thi nhau đúc tượng vàng thờ phụng tổ tiên. Lão cũng nghĩ ngay đến việc đúc tượng cụ Tổ. Cụ đúng là khôn thiêng. Khi quyết định, đầu lão như mọc thêm đinh nên đã nghĩ ra quyết sách mang tầm nhìn chiến lược.

Việc bố con cụ Tọ dựng tượng cụ Tổ đã được coi như một sự kiện lớn của làng. Bởi từ trước đến nay, thiên hạ nhiều kẻ giàu thì giàu thật, nhưng chưa có ai biết cách phô phang cái giàu ấy một cách thời thượng đến thế. Chưa có ai đặt cục tiền to lên để thờ một cách sang trọng phú quý đến thế. Cũng chưa có ai biết lợi dụng quảng cáo truyền thông một cách sâu sắc, triệt để, toàn diện đến thế. Nhà Đài sẽ truyền hình trực tiếp buổi lễ khai tượng cùng một số tư liệu lịch sử, truyền thống, một số cảnh quan đặc sắc của làng thành một chương trình rồi đưa lên phủ sóng toàn tỉnh.

Vì thế, nhất là các cụ già, cả đời cổ cày, vai bừa, quang cảnh con trâu, mảnh ruộng là quá vãng, giờ đến lúc gần về chầu Diêm Vương mới có cơ hội lên truyền hình, cái danh "cao niên lão trượng" giờ mới được tôn cao, trọng vọng. Nhiều cụ phấn khởi ra mặt, đi đâu cũng khoe, rồi lo lắng, băn khoăn đến mất ăn mất ngủ, lục tục dậy từ sớm để chuẩn bị. Không chỉ có các cụ, mà cả làng cũng khí thế hẳn lên. Nhiều thành phần không mời cũng í ới rủ nhau đến. Đến để xem, để thỏa chí tò mò, để thò ra cái bản mặt cho ống kính chụp rụp, cho hãnh diện được loát hình lên ti vi toàn tỉnh.

Không những người hàng tỉnh, còn người hàng quốc gia biết đến mặt mình cũng nên? Tuy nhiên, họ xem xong rồi về chứ không cỗ bàn gì. Mỗi đám trẻ trâu là không hổ danh tên tuổi. Quần thủng đít, áo ba lỗ, mặt mũi như Bao Công vẫn xông thẳng. Đến để xem. Đến để oánh chén. Vì thế, hôm nay làng hầu như đủ mặt. Đông như hội. Mới đến đầu ngõ, tiếng đàn, ca, sáo, nhị làn điệu chầu văn hầu giá Cô, giá Cậu đã véo von tưng bừng. Cảm tưởng mỗi bước chân Cô, chân Cậu đi đến đâu, mặt đất, bầu trời bỗng hóa thiên đường đến đấy. Gieo hoa, hoa nở. Gọi chim, chim hót. Gọi quả, quả thơm. Gọi mây, mây bay. Gọi suối, suối chảy... Tất cả như bừng dậy, reo vui giữa khoảng trời vi vút, giữa những tán cau vua xòe ô, đan quạt dẫn dụ như đi vào một khu sinh thái tâm linh diễm lệ. Đi mãi, đi mãi... vui tươi, mê mẩn, đến cổng nhà mới chợt sững lại. Một cảnh tượng vô cùng đặc biệt đã được bày biện ngay giữa sân nhà.

Cả làng này ai cũng biết cái sự giầu của nhà cụ Tọ, nhà ông Tráng. Nhưng ít ai được diễm phúc vào tận trong nhà để chiêm ngưỡng cái gia sản, cái sân vườn có giàn đèn cảm ứng huyền ảo, có máy tạo khói phun sương, cảnh sơn thủy hữu tình thơ mộng như tiên cảnh. Nhân dịp này họ mới được đến để thưởng ngoạn. Song hôm nay họ lại bị choáng ngợp trong một khung cảnh hoành tráng của thế giới tâm linh. Nổi bật giữa trung tâm là bức tượng nửa người được đặt cao trên chiếc bàn, phủ kín bằng tấm vải màu tía rực rỡ.

Xung quanh bày biện ngát ngút các lẵng hoa tươi. Phía dưới bức tượng trưng bày đủ các loại hàng mã. Sững sững hàng hoạt voi ngựa, quân lính, khanh tướng, người hầu đến sân vườn biệt phủ cùng các tiện nghi hiện đại như ô tô, xe máy, ti vi, tủ lạnh, các đồ ăn thức đựng như nồi xoong, bát đĩa, quần áo, tiền vàng... Nghe nói, ông Tráng đặt nghệ nhân tận Đông Hồ bên Bắc Ninh làm trước đến nửa năm. Nhìn vào đàn lễ đã thấy uy nghi thần thánh. Tuy mơ hồ về bức tượng. Song, cứ thấy đỏ là chín. Ai cũng tiến sát bức tượng để vái lễ với vẻ rất thành kính. Có người còn quỳ sụp khấn khứa như lễ Phật trên chùa.

Cụ Tọ ở trong nhà đón khách. Hôm nay cụ mệt. Công to, việc lớn, hiếu, hỉ đủ cả. Song cụ không lo như việc hôm nay. Người cụ bồn chồn. Ruột gan có lúc nóng rát như lửa đốt. Thỉnh thoảng, cụ lại nhất vái lên ban thờ các cụ. Chắc hẳn, thổ công, táo quân, thổ thần, thần linh, cao, tằng, tổ, khảo, thúc bá, đệ huynh, cô dì, tỷ muội nhà cụ đang ngự trên ấy. Cụ thấy có lỗi, thấy không phải với các cụ. Nhất là với cụ Sớ, bố cụ. Thương cụ Sớ cả đời lam lũ vất vả.

Từ khi cụ mất, cụ chưa bao giờ được gặp bố. Vậy mà, khi phát tâm làm tượng cụ tổ, cụ lại mơ thấy bố về. Nhưng rất lạ. Cụ chưa cho con cái thấy mặt bao giờ. Cái bóng cứ lùi lũi qua hai lần cửa đã khóa như không. Rồi cụ ngồi rũ vai trên chiếc tràng kỷ. Cụ Tọ định dậy hầu hạ bố thì cái bóng vụt mất. Cụ đáo bóng vài lần như thế làm cụ Tọ hoang mang. Cụ không nói, chắc có uẩn khúc gì. Có lẽ, lành ít, dữ nhiều cũng nên. Cụ Tọ thấy lo về việc dựng tượng cụ tổ. Hẳn, cụ chưa thấu đáo hết tâm ý của lão Tráng. Song, thiển ý, cụ thấy mù mờ, khó lý giải.

Thời gian còn làm cho núi sông cải biến, bãi bể cũng thành nương dâu, nữa là hạt bụi phận người. Chết là hết. Nếu còn hồn vía thì các cụ cũng đi mây về gió, tự do, an nhàn. Đang yên lành, dựng các cụ dậy rồi bắt cụ chui khuôn, ép mặt. Dù có tượng vàng cũng ngang thưng tượng đất. Thật cực chẳng đã! Rồi, ít nhất, phải có ảnh, có hình, biết được mày ngang, mũi dọc ra sao dựa vào đấy mà tạc. Đây, lão Tráng nhắm mắt làm mò. Chẳng biết đúng hay sai. Có người bảo với cụ thời buổi này thật giả lẫn lộn. Tử tế thì ít, láo lếu thì nhiều.

Không tin được mấy lão chủ tượng. Lạ gì cái kiểu hàng chợ. Đúc cả mẻ hổ lốn, chân, tay, đầu, cánh đổ đồng một khuôn rồi đầu lộn xuôi, đuôi lộn ngược, ệ mỗi tên gia chủ vào cho nó đổi khác. Rồi bóng của Thiên, thiền của Địa. Tài như Đế Thiên, Đế Thích cũng không dàn xếp được hồn anh Trương Ba khi nấp vào da anh hàng thịt, nữa là các cụ. Nhiều anh vô danh tiểu tốt, khi đúc lên tượng, tai to, mặt lớn, hao hao bậc danh cao vọng trọng. Nghe chuyện, cụ đã gàn ông Tráng.

Để chuẩn bị cho chu đáo, mọi thủ tục đã được ba ông thày sắp lễ cúng từ chiều hôm trước. Sáng nay chỉ còn việc khai quang điểm nhãn là xong. Các thầy thay nhau tụng kinh, gõ mõ từ sáng sớm. Phải mất ba bốn tiếng mới đến tới giờ khai quang. Nhưng hôm nay, sư thầy gieo quẻ mấy lần đều không được. Lúc sấp, lúc ngửa. Sau mỗi lần, tiếng tụng kinh lại trào lên. Người lo nhất vẫn là bà Hà. Có lúc bà run lên, đờ đẫn như bị bắt hồn. Bà hiểu rõ chồng mình. Bất cứ việc gì cũng tính có lợi ông Tráng mới làm. Song, đây là việc âm, việc tâm linh. Phật từ bi nhưng Thánh một ly cũng chấp. Mỗi lần ám quẻ, bà lại rền rĩ cầu khẩn, sám hối, xin âm phù, dương độ, điều lành mang đến, điều dữ mang đi, tai qua nạn khỏi, gia đình bà được an yên vô sự.

Ông Tráng hầu như không quan tâm đến mọi việc đang diễn ra. Ông chỉ quan sát để điểm mặt. Đầy chật cái sân rộng. Nam, phụ, lão, ấu đủ cả. Quan tỉnh, quan huyện khắp mặt. Tất cả răm rắp thành kính. Tuy nhiên, bá đạo nhất ngày hôm nay chính là bài phát biểu của lãnh đạo ngành văn hóa. Sau bài phát biểu là bài văn tế do lão đặt một nhà văn tên tuổi trên trung ương viết để ca ngợi công lao cái thế của cụ Tổ. Cụ là một vị quan trong triều chứ không phải hạng dân thường đóng khố.

Đặc biệt, bài phát biểu sẽ kích tầm ý nghĩa văn hóa để bật những cái mới trong việc đúc tượng. "Đây có thể coi là một điểm sáng MỚI trong phong trào văn hóa MỚI của làng. Nó đã, đang và sẽ thể hiện một khía cạnh đạo đức rất MỚI của người Việt Nam trong thời đại MỚI. Rằng: Chúng ta luôn luôn không quên cái CŨ! Uống nước, phải nhớ nguồn! Rằng: Chúng ta luôn luôn nhớ tới và đền đáp công lao sinh thành, dưỡng dục, giáo huấn, của tổ tiên, cụ kỵ, ông bà, bố mẹ. Đó là truyền thống CŨ của dân tộc nhưng không mất đi trong thời đại MỚI. CŨ nhưng lại rất MỚI. MỚI, song đó là sự kế thừa.

Đó là những điểm MỚI cần phát huy trong hội nhập thế giới phẳng toàn cầu MỚI của quốc tế. Rằng:... ".

Dứt lời phát biểu, dàn pháo bông được đốt phụt lên. Phụt xòe! Phụt xòe!.. Tiếng nổ tung trời! Cả bầu trời miên man khói tỏa, rập rờn hoa lượn, bướm bay, xanh xanh đỏ đỏ, đỏ đỏ xanh xanh... Em bay lên nào! Em bay lên nào! Tất cả hân hoan, vui mừng, rạng rỡ!... Thành công ngoài sức tưởng tượng! Bức tượng cũng đẹp đến tinh khôi. Từ khuôn mặt đến vầng trán, ánh mắt đều cân chỉnh, quắc thước. Thần thái bức tượng anh quang. Là một tổng thể thẩm mỹ hài hòa của nghệ thuật. Rồi tất cả sẽ đua nhau tự sướng, cười thật tươi để gắn cái mặt mình vào sát mặt cụ tượng, để ghi lại khoảnh khắc làm vài tấm ảnh nhật trình cho đời. Người thật, việc thật. Lão đâu phải "diễn trò", "phô trương" hay "trưởng giả học làm sang" mà nhiều kẻ đã xì xào sau lưng.

Tất nhiên, việc gì cũng phải mục tiêu chữ "Lợi" lên đầu, phải căn thời, dựa thế. Đi xem gia sự, các thầy đều nói ngôi mộ cụ tổ đang phát. Cụ thiêng lắm. Cụ luôn phù hộ cho lão làm gì được đấy. Vì thế, vợ chồng lão mới xuất tâm tới cụ. Rồi cụ sẽ phù hộ, độ trì cho đại gia đình lão ngày một phát tài phát lộc, đời cha cho chí đời con, rồi cháu chắt, chút chít. Tuy nhiên, ở đây, không chỉ tính lợi tiền, lợi bạc, mà còn tính đến lợi danh, lợi giá. Tiền bạc, của cải là chuyện nhỏ, có khi nay tụ mai tán, phèo như bọt nước. Chỉ có danh mới đặng.

Đời người hữu hạn nhưng danh lưu trường cửu. Có danh, tức có lợi. Danh sinh lợi. Giầu, nhưng phải sang danh, sáng giá. Giầu, không có danh khác gì trọc phú chôn chĩnh vàng trong nhà không hơn chĩnh tương chạn bếp. Càng giầu, càng phải đắp điếm cho danh được tôn cao. Thiên hạ mua danh ba vạn, bán danh ba đồng. Lão Tráng này ngược lại. Tiền của chẳng đáng là bao. Song ai cũng tận mắt thấy được cái tâm, cái đức, cái lòng hiếu đễ của lão với tổ tiên. Coi đó là tấm gương đạo đức thánh thiện. Còn! Hỏi rằng, thần thái anh quang, uy nghi lẫm liệt, ai bảo cụ tổ là phường rơm rạ? Là dân đen? Hẳn nhiên, cụ là quan lớn trong triều. Hẳn nhiên, con cháu nối dòng gia thế hiển vinh. Thạc sĩ, tiến sĩ, cử nhân đủ cả. Còn! Hỏi rằng, cả gầm trời này, trung, thượng, dưới hạ, ai truy được cả thiên hạ cung cúc cúi đầu, chắp lễ thế này? Thật là danh gia vọng tộc! Thiên thu bất luận!

Tiếng tụng kinh, gõ mõ vẫn căng, chùng liên tục. Có lúc như thúc, như mời. Có lúc như van, như vỉ. Có lúc như quỳ, như lạy. Gieo quẻ đến lần thứ năm, hai đồng xu bay chéo ra ngoài, quay quay mấy vòng rồi đậu cùng một chỗ, một đồng sấp, một đồng ngửa. Cành phan rùng lên, quay lăng lắc. Phải chăng, linh anh cụ đã tụ về? Cụ cười hay cụ giận dữ đây? Thấy vậy, ai cũng chắp tay vái lạy, mồm khấn lẩm nhẩm. Trong tích tắc, tiếng mõ lốc cốc lại vang lên khi căng khi chùng. Sư thầy lại tiếp tục niệm mấy vòng quanh tượng mới dừng lại trù trừ bên tấm vải. Rồi nhanh phắt, tấm vải đỏ được hất ra tung cao bay phấp phới trong những con mắt đầy phấn khích, nhột cảm sự linh thiêng hữu ứng.

Sự bí mật, huyễn hoặc của bức tượng đã được khai quang. Ai cũng hồ hởi, phấn khởi tung hô! Giữa thanh thiên bạch nhật, pho tượng vàng ròng ròng ánh nhũ hiện ra như một vị cái thế. Tuy nhiên, do đã sáp mặt đặt tên nên ai cũng nhất nhất khẳng định đây là tượng cụ tổ nhà ông Tráng. Cụ Trần Công Tấu. Một vị đại quan được tái thế!

- A! Ông Tráng! Tượng ông Tráng!

Tiếng reo của bọn trẻ trâu làm mọi người ngơ ngác. Nhiều người quay ngoắt về phía chúng nhìn vẻ hồ nghi. Vẫn mấy thằng cởi trần lộc ngộc buổi sớm. Thằng nào, thằng ấy mắt đang lồi ra, mặt cương lên như sắp đặt cược.

- Có đếch! Cụ Tổ nhà ông Tráng!

Thằng bên cạnh cãi. Thằng khác lại huých cái khuỷu tay vào thằng vừa nói, mắt trừng lên vẻ thách thức:

- Mắt mày lòi! Tượng ông Tráng!

Bọn trẻ cãi nhau cũng có lý. Các bậc cao niên thấy rõ điều này. Họ nhà cụ Tọ, khuôn mặt ai cũng nhỏ nhỏ xương xương. Riêng lão Tráng khuôn mặt vuông vức giống mẹ như đúc. Song, tai tượng thì khác hẳn, vành tai to, quan quách, dái tai đầy lên phúc, lộc, thọ. Cụ tượng còn khác ở chỗ trán cụ nổi vầng rất cao. Nói tượng ông Tráng, đúng mà lại không đúng. Bảo tượng cụ tổ, phải mà lại không phải. Cụ tổ không thể giống bên ngoại nhà lão Tráng được? Cũng không thể phủ nhận, tư thế đường bệ của cụ tổ không khác gì những bức tượng được đặt nơi công cộng. Phải là quan to trong triều mới có hình dạng quắc thước như thế.

Cụ Tọ ngồi hầu lễ từ đầu. Mấy lần gieo quẻ không được cụ thấy hục hặc trong người, mồ hôi vã ra. Vì sao cụ tổ không ứng nhận? Có điều gì thất lễ hay đúng như linh cảm của cụ? Khi bức tượng được khai quang, mắt cụ như hoa lên. Cụ không thể tin nổi vào mắt mình! Mấy đời nhà cụ chân đất, áo vải, thật thà, chất phác, sao giờ lại nảy lòi ra thằng con xảo trá thế này. Chả trách thiên hạ tắc loạn bày trò xén xía bằng được chút đỉnh thơm của cha ông. Chỉ vì danh hão mà công kênh cha ông lên thành khanh hầu, bá tướng, núp vỏ đồng thau vô tri, vô giác...

Càng nghĩ, cụ Tọ càng căm lão Tráng. Sực nhớ miếng trầu vẫn để ngữ trong cạp quần, cụ liền lấy ra nhai lấy nhai để. Phải miếng trầu mặn vôi, càng nhai, càng hăng nồng lên, nước trầu ngận đặc rỉ đầy kẽ răng mà cụ không dám nhổ, đành nuốt vào, vừa mặn, vừa đắng. Rồi không biết cụ bị say miếng trầu hay bị cảm phong đột ngột mà người thổn thức bừng bừng, tim đập loạn xạ, mắt tối sầm, loạng choạng. Chưa đầy tích tắc, cụ đột ngột ngã xoài ra đất, mồm ú ớ. Vừa lúc dàn pháo bông được đốt lên. Rợp một góc trời miên man khói tỏa, hoa lượn, bướm bay, xanh xanh, đỏ đỏ. Tiếng kêu cứu của bà Hà bị át đi bởi tiếng la hú phấn khích, tiếng vỗ tay rào rào, tiếng pháo bông phụt xòe! Phụt xòe… tung tóe mãi không dứt.

TRỊNH MINH HIẾU

PHAN XUÂN THIỆN
NGHE TIẾNG GÕ CỦA CHIM GÕ KIẾN

TIếng chú gõ ta nghe thành lận đận
Tuy khác loài tôi chú vậy mà thân
Ôm rừng già ru xa trăm năm mộng
Dù sáng ra soi mặt thấy bần thần

Chú cứ gõ mọi ngày kêu cộc cộc
Chẳng công hầu quan ấn ruổi thong dong
Tôi cũng gõ theo đời chân đơn độc
Quê nhà xa chiều cất giọng phiêu bồng

Mây trắng bay chiều gối đầu ngủ muộn
Chú gióng lên cốc cốc giữa truông mòn
Tôi cũng trổi vài câu thơ xấc láo
Chuyện tầm phào cõng tạm cái be con

Mai nằm xuống sẵn lá vàng quan áo
Chuyện đời này chỉ là giấc chiêm bao
Quăng lo âu chú tôi về xứ thượng
Uống rượu cần quên tuốt nỗi lao đao

Chú gõ nhịp nương nhà ai ấm khói
Tôi đợi trăng mà xóc chuyện xa vời
Chút áo cơm xô nhọc nhằn quá đỗi
Bụng núi sông sao ngơ ngẩn với đời !

PHAN XUÂN THIỆN

LÊ LIÊN

TỪ DẠO ẤY

Từ dạo ấy, người quay lưng bỏ lại
Mùa hoa xưa vàng úa cả trời chiều
Cánh bướm nhỏ chẳng bay về lối cũ
Chỉ còn ta ngồi đếm những cô liêu.

Từ dạo ấy, con đò xưa lặng lẽ
Nước sông buồn chở nặng những ngày xa
Chiếc cầu vắng mơ hồ qua bóng tối
Ngỡ bàn chân người cũ đã đi qua.

Từ dạo ấy, tiếng chuông ngân lạc lõng
Giáng sinh về, ai sưởi ấm tim đau?
Ánh nến cháy, rọi buồn lên vách nhỏ
Thầm gọi tên người lạc bước về đâu ?

Từ dạo ấy, đông dài hơn năm trước
Bến sông xưa chẳng níu bước ai về
Ta đứng mãi bên lưng chừng ký ức
Nhặt bóng hình rơi giữa gió sơn khê.

Giờ lặng lẽ, ta và đêm đối mặt
Ngọn đèn khuya không đủ ấm vai gầy
Người đã đến, đã đi như sương khói
Chỉ còn ta, thương mãi một bàn tay.

LÊ LIÊN

TRẦN DANH THÙY
NHỮNG KHOẢNH KHẮC HÀ NỘI CỦA MỘT NGƯỜI SÀI GÒN...

1. Lần này là lần thứ tư, chúng tôi đến Hà Nội trong vòng 10 năm trở lại đây. Lần đầu, lần thứ ba và lần này là do chúng tôi 'cố ý' đến thăm thành phố ngàn năm văn vật của đất nước chúng ta. Còn lần thứ hai là do chúng tôi 'tiện dịp' đi thành phố Nam Định để dự lễ tang của người dì của tôi nên kết hợp-tranh thủ viếng thăm thành phố thủ đô.

Gần như bốn lần đến thăm Hà Nội, chúng tôi đều lưu trú ở một địa danh được 'gọi yêu' là "phố cổ" thuộc quận Hoàn Kiếm. Vì hai lý do.

Một là vì chúng tôi ưa thích khu phố cũ kỹ với 36 phố phường như tên gọi của nó, với những kiến trúc còn nhiều nét cổ xưa, còn rất Hà Nội này.

Hai là vì chúng tôi yêu hồ Gươm, cũng thuộc quận Hoàn Kiếm, nơi chúng tôi mỗi chiều có thể bách bộ ra ngắm cảnh, hóng gió và nhìn ngắm người Hà Nội vui chơi, sinh hoạt. Thật ra, lúc tôi còn rất bé, khi đất nước còn chiến tranh, tuy sinh ra ở Đà Nẵng và lớn lên ở Sài Gòn, tôi đã 'biết' Hà Thành qua một vài bản nhạc 'buồn' như Nỗi lòng người đi (Anh Bằng), Mưa Sài Gòn-mưa Hà Nội (Phạm Đình Chương)... Từ đó, tôi đã biết và yêu Hà Nội với Hồ Gươm, với 5 cửa ô, với sông Hồng Hà, với tháp Rùa, với cầu Thê Húc... Tuy nhiên, với tôi lúc ấy, Hà Nội và những gì thuộc về thành phố này là lịch sử, là huyền thoại... như một màn sương ẩn hiện trong tâm thức của một cậu bé mới lớn cho đến một ngày tôi thực sự đặt chân đến một vùng đất và một vùng trời của quê hương yêu quý.

2. Ba lần đến Hà Nội trước, chúng tôi đã lưu trú tại những khách sạn trên những con đường rất 'phố cổ' và rất lạ (chắc không phải chỉ đối với chúng tôi) như Hàng Phèn, Hàng Rươi… Và có lẽ, vì là những lần đầu đến Hà Nội, chúng tôi, ngoài việc đi thăm những danh lam thắng cảnh nổi tiếng của thành phố như hồ Gươm (hẳn nhiên rồi), hồ Tây, Văn Miếu-Quốc Tử Giám, chùa Một Cột, chùa Trấn Quốc, nhà thờ Lớn…, đã hăng hái đi chơi vịnh Hạ Long, chùa Bái Đính, bếnTràng An, cố đô Hoa Lư… cho thỏa lòng mong ước.

Lần này, theo dự định, chúng tôi chỉ muốn trở lại thăm thú một số danh thắng đã có dịp đến và chưa đến trong lòng thành phố như hồ Gươm, Văn Miếu-Quốc Tử Giám, chùa Một Cột; hồ Trúc Bạch, vườn Bách Thú, Hoàng thành Thăng Long, Làng gốm Bát Tràng…

Chúng tôi đã dừng chân khá lâu tại Văn Miếu-Quốc Tử Giám để chiêm nghiệm một không gian và không khí học thuật trang nghiêm và trang trọng của tiền nhân. Tại đây, chúng tôi đã chiêm ngưỡng tượng thờ Chu Văn An, vị tiến sĩ hàng đầu của học thuật Việt Nam.

Chúng tôi cũng dừng chân khá lâu để chiêm nghiệm không gian và không khí tôn giáo tại chùa Một Cột (tức chùa Diên Hựu) do vua Lý Thái Tông sáng lập năm 1049.

3. Đến Hà Nội lần này, chúng tôi cũng lưu trú ở Phố cổ nhưng tại một con đường có cái tên có vẻ chẳng 'phố cổ' chút nào. Đó là phố (đường) Nguyễn Văn Tố chỉ dài khoảng 200 mét. Và trên con đường này, tuy vậy, tôi đã, có thể nói, trải nghiệm những khoảnh khắc Hà Nội cũ.

Tôi có thói quen mấy chục năm nay, đó là "tôi yêu ly cà phê buổi sáng" (Tôi yêu – Đức Huy). Nếu buổi sáng ở nhà thì sau khi ngủ dậy, tôi sẽ tự pha và thưởng thức ly cà phê do chính mình pha. Nếu đi du lịch, dù ở bất cứ thành phố nào, tôi cũng sẽ tự thưởng cho mình ly cà phê buổi sáng ở một quán cà phê gần nơi lưu trú nhất (quán cóc càng tốt). Thế nhưng, quán cà phê tương đối quán-ra-quán duy nhất trên con đường Nguyễn Văn Tố này có cái tên vui Café 8 lại mở cửa rất muộn. Vì thế, từ cửa khách sạn, tôi đành phải bước sang bên kia đường để uống cà phê hòa tan G7 của một cái quán mà tôi không biết gọi là quán gì. Bởi vì quán giống như một cái cửa sổ rộng của mặt trước một căn nhà không có sân. Bên trong quán là chỗ để những thứ người ta dùng để bán và một người ngồi bán. Còn bên ngoài quán, tức trên lề đường, người ta để vài cái ghế nhỏ cho 'khách' ngồi. Và chính tại nơi này, tôi đã trải nghiệm một vài tính cách của người Hà Nội cũ. (!?)

Gần như buổi sáng ở đây, chỉ mỗi mình tôi uống cà phê. Vài người khác thì uống trà nóng mà người miền Bắc thường gọi là chè. Vài người nữa lại uống… bia.

Đa số những khách uống trà nóng (giá 3.000 đồng/ly nhỏ) là để… hút thuốc lào. Điếu cày là của quán. Còn thuốc thì khách 'tự lo'. Nhìn những vị khách rê thuốc vào cái điếu cày, châm lửa, rít thuốc và nhả khói một cách ngon lành, tôi chợt nhớ đến những câu đại loại như:

- Một điếu thuốc lào hơn bao thuốc lá.

- Thuốc lá ho lao, thuốc lào bổ phổi…

tôi độ chừng có lẽ chúng đã có xuất xứ từ những nơi này.

Mới hơn 6 giờ, nhưng Hà Nội đã có những người uống bia. Điều đó có nghĩa, họ không uống cà phê sáng, không uống trà nóng mà chỉ uống bia thôi. Và để ý, tôi thấy những vị khách ngồi bên tôi chỉ uống Bia Hà Nội (15.000 đồng/chai), như những khách hàng 'bao tiêu' cho một loại sản phẩm của thành phố họ ở.

Mỗi buổi sáng 'uống cà phê' ở cái quán này, tôi (chỉ) mất 13.000 đồng, gồm 10.000 cho ly cà phê hòa tan nóng cộng với 3.000 cho ly trà nóng. Điều này có nghĩa tiền cà phê tính riêng, tiền trà tính riêng. Ai bảo người buôn bán nhỏ ở đây không biết cách tính "vi mô"?

4. Trở lại Sài Gòn sau 5 ngày trốn nóng ở Hà Nội, tôi mang theo những hình ảnh cũ xưa nơi tôi lưu trú; những hình ảnh danh lam, thắng cảnh, di tích lịch sử của một vùng đất nước; những hình ảnh người Hà Nội của một xóm lao động nghèo với những sinh hoạt đặc thù như tôi vừa kể. Đó là những khoảnh khắc Hà Nội trong tôi.

Cố nhiên Hà Nội không chỉ có thế. Những con đường sạch sẽ, những cây cầu hoành tráng, những tòa nhà uy nghi… với những hàng quán hiện đại, tân tiến và hình ảnh những quán café nằm cạnh đường ray tàu sắt trên phố Phùng Hưng sáng trưng ánh đèn mỗi đêm để khách du lịch tây, ta đến vui chơi, quay phim, chụp ảnh một cách vui nhộn mỗi khi có một đoàn tàu chạy qua không xa khách sạn chúng tôi ở là mấy, đối với tôi, là một Hà Nội khác…

TRẦN DANH THÙY

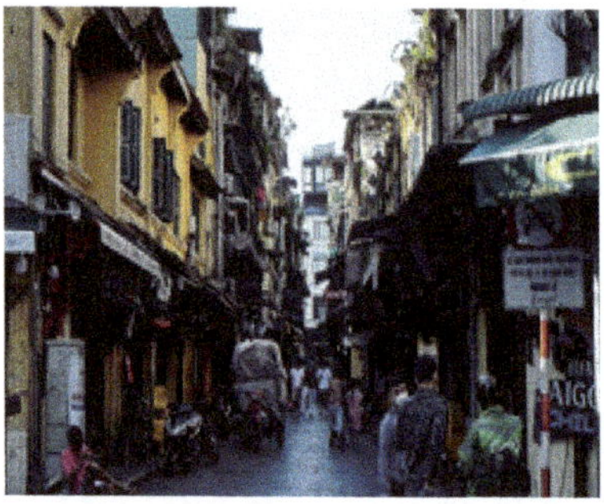

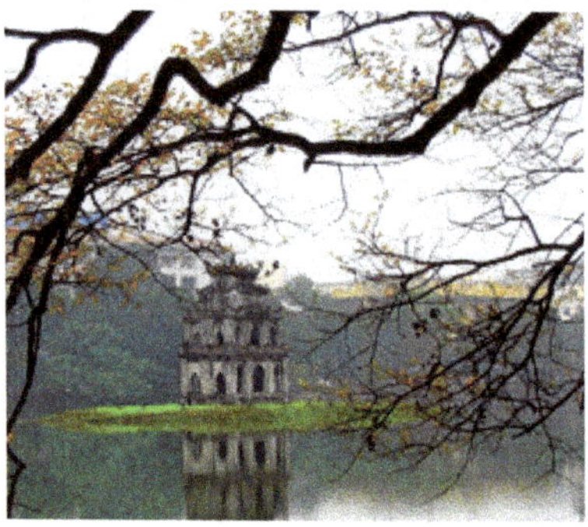

PHAN TƯỞNG NIỆM

ĐÊM CHỜ SÁNG

Ta mở mắt _trừng nhìn đêm chờ sáng
Nghe niềm đau rả rích chảy về tim
Nếu mai mốt em về vòng tay lạ
Đời thênh thang _ cút bắt biết đâu tìm?!

Trời sắp sáng mà ta còn chưa ngủ
Nhớ về em qua giữa khoảng trời đêm
Nghe bên trái ngực đau _ tim vụn vỡ
Nghĩ mai này: em, kẻ lạ tình quen.

Trời sắp sáng mà ta còn chưa ngủ
Cứ nhớ hoài dòng sông nhỏ đêm mưa
Cơn gió thoảng ngút ngàn tình thánh thiện
Thức trắng đêm mà tình vẫn chưa vừa.

Tình đã hết còn gì thôi em nhé!
Đời hết vui _ dòng thơ nhỏ dư thừa
Ta viết vội bài thơ tình vĩnh biệt
Để em về bên bến lạ sông mê!

PHAN TƯỞNG NIỆM

NGUYỄN AN BÌNH
NGẪU HỨNG THÁNG CHẠP

Bỗng bừng cúc họa mi
Tinh khôi từng góc phố
Khe khẻ nắng xuân thì
Nhớ gì không hỡi nhỏ.

Thèm nụ hôn tháng chạp
Ngủ bên bở ngực non
Đêm say nồng hơi thở
Yêu thương đã hao mòn.

Một năm chừng khép lại
Người bỏ lại bên cầu
Dòng sông trôi mê mải
Sỏi đá còn chiêm bao

Rót cho đầy tháng chạp
Bềnh bồng một thuyền trăng
Nụ hoa vàng vừa trổ
Lá nghiêng còn bâng khuâng.

Nhỏ ơi nào có biết
Hương xuân đã về bên
Thời gian chừng nuối tiếc
Còn đậu trên tóc huyền.

NGUYỄN AN BÌNH

LÊ CHIỀU GIANG

Triển lãm hội họa mùa xuân.
Nhớ về Hội Họa Sĩ Trẻ

Tôi nhỏ xíu, tôi bé xíu.

Cũng chẳng có nghĩa những bóng lớn của Hội Họa Sĩ Trẻ đó đã che hết dáng tôi, cô học trò xinh xinh, chen chân, nhón gót xem tranh trong những chiều trốn lễ, bỏ nhà thờ…

Tôi mượt mà, tóc bay và mắt ướt, tôi thơ mộng như những thiếu nữ trong tranh.

Tôi nhìn thấp thoáng chút yêu kiều, thời của những Chagall, Pissarro, Cezanne, Matisse… Và ngay cả rất xa xưa, Rembrandt.

Hằng năm vào mỗi dịp tết, Hội họa sĩ trẻ đều có cuộc "Triển lãm hội họa mùa xuân".

Không khí phòng triển lãm Alliance Francaise tràn đầy những tinh hoa, thoát bay và ấm áp.

Khói thuốc Haft & Haft thơm tho, Basto nặng nồng, hay Lucky mờ mịt. Mắt tôi bốc cay với khói mà tưởng như có thêm cả chút nồng nàn, sướt mướt.

Những bức tranh với tên gọi bàng bạc như Thơ.

Anh Trịnh Cung với "Vương Hương"; "Trăng, Chim, Hoa và Nàng" của anh Đinh Cường; Nghiêu Đề với "Vùng Thanh Thoát"; và Nguyễn Trung của "Đêm Chân Không"…

Tôi mê những bức tranh cổ điển của anh Đỗ Quang Em. Ánh sáng và bóng tối, lạnh toát hay vắng tanh, anh đã làm ấm lại trong tranh chỉ với chút ánh đèn dầu le lói.

Và tranh Cù Nguyễn đẹp như một thinh lặng, gắn bó cùng nỗi chết, đâu đó mãi tận cuối chân trời.

Sàigon, những ngày xao xác cùng chiến tranh, những lửa đạn kinh hoàng Khe Sanh, Quảng Trị...

Đạn lạc tên bay tận những nơi xa vời để bảo vệ cho Saigon.

Một Saigon không tiếng súng.

Và tôi, trốn hết học hành trường lớp. Tôi mê muội theo những hương thơm ngát của sơn dầu, tôi bàng hoàng bên những nét cọ sắc sảo. Nét cọ mà khi dào dạt cùng tranh, đã phải óng ánh hơn những nét bút rời rạc; chữ nghĩa lơ mơ chợt quên, chợt nhớ của tôi trong trường thi, lớp học.

Tôi bị cuốn theo những chiều rực rỡ La Pagode, những
đêm Givral hoa đèn lấp lánh.

Và cả với những sáng khi Saìgon còn mờ hơi sương, lúc phòng tranh chưa mở cửa. Nơi đó, có năm bảy chàng họa sĩ trong HHST, ngồi nghi ngút cùng cafe bên góc hè của Continental Hotel, ngay cạnh phòng triển lãm Alliance Francaise.

Hình ảnh mà sau này tôi xem trong phim tài liệu về những Họa sĩ thuộc thế kỷ 19th: Claude Monet, Rodin, Degas, Renoir, Cezanne… Họ đã có những sáng vang vang bốc khói cùng cafe, những đêm rượu đổ đầy đường trên phố Monmartre. Họ cũng đã ngồi cùng nhau bên những câu chuyện đầy mầu sắc, ấm áp và chan chứa nhiệt tình, không khác gì những vị trong Hội Họa Sĩ Trẻ.

Từ The Boulevard Monmartre tới Đại Lộ Tự Do Sàigon.

Trăm giấc mơ đã cùng với khói thuốc mịt mù bay, họ say sưa bàn bàn, nói nói về những tác phẩm tinh khôi, nhằm sáng tạo ra nhiều nét khác biệt hẳn với những tàn dư cũ.

Những bước chân reo cho một ước mơ dài: Làm mới, làm thăng hoa thêm cho nền hội hoạ của Miền Nam Việt Nam.

Hội Họa Sĩ Trẻ, và phố xá, và Sàigon của những đêm mưa… Ánh đèn đường lạnh lẽo hắt hiu, mờ mờ soi vàng những chiếc lá lao xao, rơi rụng.

Leonardo Da Vinci đã dặn rằng, tranh là bài thơ để đọc, và thơ là bức tranh để xem. Tôi luôn lẫn lộn giữa thơ và tranh, tiện thể, tôi còn nhầm luôn Họa sĩ với Thi sĩ.

Nghiêu Đề, chàng họa sĩ tài hoa với cả chút đa tình, sống lửng lơ như gió, đã thiết tha mời tôi ngồi mẫu. Và tôi tình nguyện, tôi hân hoan được làm người: Đứng mãi trong tranh.

Trong một buổi trà dư tửu hậu của HHST, tôi rủ theo cô

bạn.

Trên đường về, cô phàn nàn: "Hội Họa Sĩ Trẻ", tên nghe hay hay, nhưng sao toàn mấy ông… già chát?

Tôi phải lan man giải thích. Năm 1961, khi các hoạ sĩ muốn lập hội, đã bị nhiều khó khăn, bị từ chối bởi Bộ Văn Hóa.

Bác Sĩ Nguyễn Tấn Hồng, lúc đó là Bộ Trưởng Bộ Thanh Niên, đề nghị đặt tên lại là: HHST Việt Nam, tên phải có thêm chữ Việt Nam, phải nghe như một "đội đá banh" của những bạn trẻ. Như thế, Bộ Thanh Niên mới có thể quyết định cho lập hội, thay vì phải qua sự can thiệp của Bộ Văn Hoá.

Và như tên gọi của một "Hội đá banh đó", bỗng có những khuôn mặt không còn trẻ nữa. Lại càng không có sức lực nào để có thể chạy, rượt đuổi theo những trái banh trên sân cỏ.

...Những "Hoạ sĩ Trẻ, sao đã già, mà… lại còn già chát?".

Với tôi, Arts sáng như trăng và long lanh không tuổi. Như khi thưởng lãm những công trình sáng tạo của Michelangelo, Lorenzo Bernini… Cái đẹp qua tượng nude của David, hoặc dáng nằm trầm luân của Teresa.

Và còn muôn ngàn những tác phẩm thời Renaissance, Baroque. Thêm cả những công trình kiến trúc, và với biết bao tượng cùng tranh… Tất cả, như đã của muôn đời.

Arts, đã xóa hết những nếp nhăn của thời gian, và làm biến mất khoảng cách của không gian. Để cho dù tới ngàn kiếp sau, Artists vẫn luôn hiển hiện, vẫn như còn lồng lộng trước những tác phẩm, những công trình tuyệt vời, phải sống với ngàn năm của họ…

Và như thế, những nhân vật trong Hội Họa Sĩ Trẻ, lứa tuổi của 30, 40 đã sáng chói, đã như trăng như sao trong tâm tưởng tôi, cô bé thời đi học.

Qua những tác phẩm nhiều khai phá, sáng tạo tới nơi tới chốn, và với những khởi sắc đầy tài hoa… Họ đã rất trẻ, và họ sẽ còn trẻ mãi.

Nhưng lần lượt rồi họ sẽ ra đi.

Nói đùa như anh Mai Chửng và Nguyên Khai, khi dặn dò Nghiêu Đề bên giường bệnh: "Xuống đó nhớ lập lại Hội, xong xuôi rồi thằng nào xuống trước sẽ ghi danh…"

Năm 1974, anh Lê Tài Điển từ Pháp về, ngồi với anh Nghiêu Đề và tôi ở phòng tranh La Dolce Vita, phía sau hotel Continental Palace.

Đặc biệt của La Dolce Vita là họ rất chuyên nghiệp và kỹ lưỡng về ánh sáng cho góc độ của từng bức tranh.

Ánh sáng hài hòa đã làm nổi bật, ấm áp, và như làm đẹp thêm cho những tác phẩm của Hội Họa Sĩ Trẻ, khiến anh Lê Tài Điển muốn ngồi lại mãi, dù phòng tranh đã tới giờ đóng cửa. Anh dặn dò: "Cô đừng bao giờ quên, hạnh phúc và may mắn nhất của chúng ta là, được ngồi chung quanh những bức tranh, những tác phẩm tuyệt vời..."

Tôi Cafe mỗi sáng, rượu đỏ mỗi tối bên những tranh của Đỗ Quang Em, Nguyễn Trung, Đinh Cường, Nguyễn Lâm, Ngy Cao Uyên, Nguyễn Phước… Những xanh mượt mà. Những vàng ánh xôn xao. Những đỏ thẫm như mặt trời, trắng xóa như sẽ chẳng còn thấy gì; hay những màu âm u lạnh toát trong tranh Nghiêu Đề…

Bắt chước La Dolce Vita, tôi thắp sáng những ánh đèn, tôi tạo ra một không gian ấm áp, và bừng lửa. Những ánh đèn rực rỡ đôi khi, đã soi xuyên qua bóng đêm tối tăm, lạnh lẽo.

Ánh sáng trầm như nhạc, sắc như gươm, đã như ngàn tiếng hét hò trong đời sống tôi : Lặng im.

Ánh sáng như giục giã, như gọi mời, để lắm khi dù đêm đã sắp tàn, những nhân vật vẫn lặng lẽ, vẫn mơ hồ bước ra từ tranh…

Họ điềm đạm ngồi uống với tôi, nhắc lại cùng tôi những điều rất xa xôi, từ trăm năm cũ.

LÊ CHIỀU GIANG

LÂM HẢO DŨNG

Con Thuyền Quá Khứ

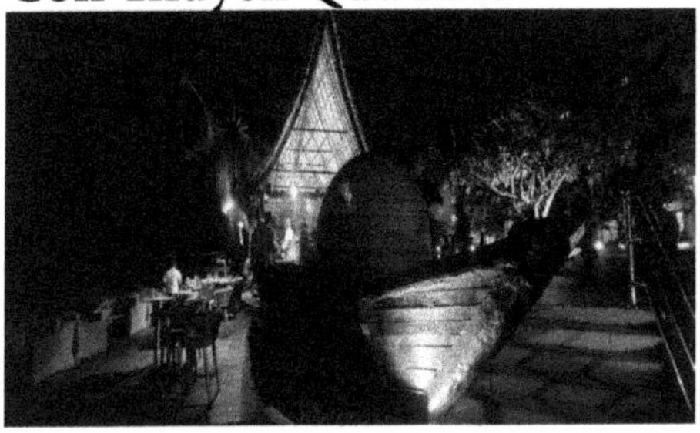

Con thuyền quá khứ nằm im ngủ
trên vùng đất mới một đêm khuya
khách sầu trong dáng hồn xưa cũ
có chút bâng khuâng lẫn nghẹn ngào…

trong khoang thuyền ấy bao dung chứa
những giấc mơ đời của tự do
trong khoang thuyền ấy nghìn năm nhớ
đôi mắt người đi ngóng kẻ chờ…

không khéo hồn tôi lại đánh rơi
nỗi buồn như mới mở ra thôi
nỗi buồn trong khoảng không và có
bên góc thuyền xưa khóc ngậm ngùi…

những bạn tôi ơi chầm chậm nhé !
nhịp võng đời quay giữa mạn thuyền
hương vị đắng nồng hay đắng ngát
một thời khổ nạn sẽ không quên…?

LÂM HẢO DŨNG

Ảnh: Một con thuyền tỵ nạn Việt Nam ở Sampan- Pahang nay được sử dụng như một quán cà phê - Malaysia- 2024.
July 3rd - 2024

NGUYỄN MINH QUÝ
Trên lối mòn xưa

Không về nữa
Lối mòn xưa
Thôi mùa đông đã quá thừa khói sương

Bỏ dấu chân
Bỏ đoạn trường
Hành trình ngơ ngác
Vô thường, chim bay …

Hoàng hoa rụng dưới tháng ngày
Bàn tay lạnh một bàn tay
Đợi chờ

Đêm tàn cả những giấc mơ
Hồn Kinh Kha cũng dật dờ
Lấm loang….

NGUYỄN MINH QUÝ

TRẦN THANH DŨNG
Những nếp gấp trắng xám

Ngày xuống núi vầng trăng chênh chếch bóng
Âm vực nào thả một nhánh tay xuôi
Như chiếc lá vàng thu hơn chiếc lá
Bàng bạc chi nếp gấp trắng bùi ngùi

Ta như khách lữ hành trong cô độc
Truông rậm dài đâu bóng những cố nhân
Từng thớ núi rung vang trong lồng ngực
Sớ thịt nào nghẹn máu thác bầm lên

Ừ, thì há tìm đâu màu khổ hạnh
Ta lui về như bóng núi trầm cư
Rồi sẽ tàn lụi dần đều như đất
Thời gian xanh trong tiếng nấc đứ đừ?

Nhớ những cuộc hạnh hoan cùng trời đất
Thánh thần đâu mây trắng biết về đâu?
Người từ tạ về an trong sương tuyết
Ta nhiệm mầu lặn ngụp mãi bể dâu?

Chiều rụng cuống tiếng chuông chùa điểm mạch
Ngày đêm đi, đi mút chỉ mù khơi
Ta sập sệ như một khung cửa cổ
Xác ngày trôi biệt dục ở bên trời!

TRẦN THANH DŨNG
(5.2024)

HÀ HUY HOÀNG
Đến Với Thơ Hay

TÔI RU CON GÁI TÔI

À ơi con ngủ cho ngon
Đắp chăn rồi bố mắc màn cho con
Nửa đời nước nước non non
Con vừa một tuổi bố tròn bốn mươi
Nửa đời đi ngược về xuôi
Đêm nay bố ngắm con cười trong mơ
Môi hồng, da trắng, tóc tơ
Bố cho máu đỏ, mẹ cho hình hài
Trời cho tính nết sau này
Cầu cho con những khéo tay, dịu dàng
Trong đêm con thở nhẹ nhàng
Cầu cho con khỏi bần hàn mai sau
À ơi con ngủ cho lâu
Cầu cho con chẳng một câu lụy người
À ơi thân gái ở đời
Những nơi tục lụy con thời tránh xa
“Thiện căn ở tại lòng ta”
Mạnh hơn lẽ quỷ lời ma dọc đường
À ơi thương đến là thương
Cầu cho thánh thiện dẫn đường con đi
Đừng ham ngũ sắc làm chi
Trời xanh muôn thuở có gì cũ đâu
Đò đầy, phá rộng, sông sâu
Có qua thì lúc bạc đầu hãy qua
Yêu thơ cùng với yêu hoa
Cũng đừng yêu quá như là bố yêu
Ở nhà biết vá biết thêu
Ra đường kẻ ghẹo người trêu mặc người
À ơi thân gửi ở đời

Cổ kim đâu cũng quý người thủy chung
Câu rằng, chị ngã em nâng
Là qua hết được mọi vùng khó qua

Đi cùng con lúc tuổi hoa
Đời người ngắn lắm! Bố già đến nơi
Nay mai trời gọi lên trời
Cũng là đã có mấy lời cho con
À ơi máu đỏ như son
Mai sau con lớn, con còn nhớ chăng?

ĐỖ TRUNG LAI

Lời Bình:

Một buổi chiều cuối năm tiết trời trở lạnh, tôi đi ship hàng trong một con ngõ vắng của cái xóm nhỏ bên cánh đồng sũng nước, mưa xuân lấm tấm mờ giăng. Bất chợt tôi nghe tiếng hát ru con của một người đàn ông sát ngay bên cạnh. Dắt chậm xe và nhìn qua khung cửa sổ, thấy người ru con là người cha trẻ, tuổi chỉ tầm ba sáu ba bảy mà thôi.

Hỏi người chị nhà kế bên mới biết vợ em ấy năm, sáu năm nay vô thành phố làm ăn, để lại ruộng nương cùng ba đứa con thơ ở quê nhà cho chồng chăm sóc. Những năm đầu thì điện đài liên tù tì, sau thì chẳng hiểu vì lý do gì những cuộc gọi cứ thưa dần, thưa dần rồi tắt hẳn. Tết năm nay người vợ trẻ không về...

Tiếng ru con xót buốt của người đàn ông nọ tự dưng xui khiến tôi lại chạnh nghĩ đến bài thơ "Tôi ru con gái tôi" của thi sĩ *Đỗ Trung Lai*.

Dù sự thật từ thế hệ, hoàn cảnh đến địa vị của hai người đàn ông này là hoàn toàn khác nhau, nhưng tình phụ tử, nhịp đập của con tim khi ru con, đặc biệt ru những nàng "công chúa" bé bỏng yêu thương của mình thì có gì là khác?

Chất giọng ru con của đàn ông tuy không thanh trong, bài bản, ngọt ngào như phụ nữ, thậm chí là khàn đục, gãy nhịp nhưng nó có gì đó buồn buồn, đớn đau và day dứt đến rưng rưng.

Những thi sĩ thuộc phái mày râu quả thực họ rất mạnh mẽ. Họ cực kỳ bản lĩnh trước mọi khó khăn và phẫn nộ trước những bất công, trước cái ác cùng bao điều khác nữa. Tuy nhiên, khi đối diện với cái đẹp, sự chân thành hoặc ngậm ngùi cho thân phận của mình của người thì họ - chính là những người rất hay mủi lòng, trái tim của họ sẽ dễ dàng tan chảy...

"À ơi con ngủ cho ngoan
Đắp chăn rồi bố mắc màn cho con
Nửa đời nước nước non non
Con vừa một tuổi, bố tròn bốn mươi
Nửa đời đi ngược về xuôi
Đêm nay bố ngắm con cười trong mơ
Môi hồng, da trắng, tóc tơ
Bố cho máu đỏ, mẹ cho hình hài..."

Thực chưa bao giờ thể thơ truyền thống của cha ông được phát huy, nhuần nhuyễn, cảm xúc và hiệu quả đến nhường này.

Người cha - thi sĩ Đỗ Trung Lai dường như ru con nhưng không ru bằng hơi hướm, âm thanh được phát ra trực tiếp bằng miệng lưỡi của mình, mà thi nhân ru con bằng nhịp đập của con tim, bằng nỗi niềm của bao suy tư, trăn trở. Một thứ âm thanh vô ngôn nhưng nó lại nở ra muôn nghìn thanh âm, khúc xạ mà ta chỉ cảm bằng hồn chứ tai ta, trí não ta không thể nào nghe và lĩnh hội được!

Lời ru con hay là lời thi nhân đang nguyện cầu cho con gái của mình mai này những bước chân trên đường đời luôn được hanh thông, may mắn?

Người khuyên con, dặn dò con từng chân tơ kẽ tóc; bao nhiêu là điều hay lẽ thiệt trên cõi đời này, bằng cả tấm lòng của người cha thương con và lo lắng cho con.

Nhà thơ cũng không quên cảnh báo cho con về điều hết sức cần thiết và quan trọng này cùng bao nhiêu điều khác nữa:

"Đừng ham ngũ sắc làm chi
Trời xanh muôn thuở có gì cũ đâu»

Và cũng qua bài thơ này, ta thấy thi nhân là người rất đỗi yêu Kiều (Nguyễn Du) và tin ở luật nhân quả lắm thay!

Thì đây ạ:

"Thiện căn ở tại lòng ta"

"Câu rằng, chị ngã em nâng
Là qua hết được mọi vùng khó qua"

Nhờ tình yêu thương con vô bờ bến cùng sự trải nghiệm dạn dày, nhà thơ đã gửi gắm thật đủ đầy, trọn vẹn và hoàn hảo cho con, và cho cả chúng ta nữa - bằng bài thơ lục bát với bút pháp già giặn mà dung dị, khiêm nhường nhưng quá đỗi tài hoa.

Hẳn sẽ có người khi đọc bài thơ này, thầm ý phàn nàn là bài thơ quá dài, sao thi nhân không cho cô đọng lại có hơn không?

Nhưng xin thưa: Với thơ, điều cốt yếu là hay hoặc dở chứ không quan trọng là thể thơ này thể thơ nọ; là ngắn, vừa hay dài đâu ạ.

Thơ dở, chỉ vài ba câu thôi nhưng ta phát ngán, còn bài thơ hay dù cả trăm câu đọc xong ta vẫn cứ thấy thòm thèm.

Mai sau, mai sau khi kết thúc cuộc người, người cha sẽ lặng lẽ đi về miền cực lạc, nhưng những lời nguyện cầu, dặn dò con trẻ thì sẽ mãi mãi ở lại trên cõi phù hư này. Và vĩnh viễn hằn sâu nơi trái tim "công chúa" của cha.

Sâu sắc và thấm thía đến thế là cùng!

Bằng sự công tâm và khách quan nhất của mình, tôi cố khảo sát trong hàng trăm bài thơ viết về để tài cha hát ru con, nhưng thú thật, tôi vẫn thấy "Tôi ru con gái tôi" của thi sĩ Đỗ Trung Lai là đỉnh nhất, ý nghĩa nhất, xúc động và ám ảnh nhất mà thôi!

HÀ HUY HOÀNG

NGƯỜI SÔNG HẬU
CUỐI NĂM NGỦ TRÊN ĐỒI CỎ HỒNG

Lên đồi ta thức cùng đêm
Lén hôn vạt cỏ hồng trên môi người
Gió ơi lay động đàn trời
Hát lời tình tự một đời chưa quên.

Bên rừng lạch nước cô miên
Một vùng cỏ tuyết bình yên ven đường
Lung linh giọt nắng tà dương
Lạ từng khoảnh khắc vô thường trong ta.

Thung lũng Vàng – Suối ngân nga
Đồi cao vạt cỏ bao la ngút ngàn
Sương mai nâng nhẹ gót nàng
Mềm hơn bông tuyết dịu dàng ngây thơ.
*
Lên đồi ta hát ngu ngơ
Phơi cùng nắng gió hoang sơ tiếng cười
Cứ hồn nhiên nét son môi
Cứ phơn phớt cả đất trời xanh lơ.

Cứ bung hết nhụy cho đời
Giấu chi hẹn ước trong lời tình ru
Hình như cỏ biết tương tư
Khúc tình ca của mùa thu năm nào.

Vấn vương từ thuở ban đầu
Thảo nguyên bát ngát sắc màu hư không
Cuối năm nhớ ngọn cỏ hồng
Lên đồi nằm ngủ bềnh bồng trong sương.

NGƯỜI SÔNG HẬU
2-12-2024

TRẦN ĐỨC

HÌNH BÓNG MẸ

Mẹ ơi
xóm vắng chiều nay
Trăng nghiêng đầu ngõ héo gầy hơn xưa
Ngọt lời
cau mãi ru dừa
Đáy ao in bóng trời trưa nắng hè
Thuở nào
vườn vọng tiếng ve
Mo cau mẹ quạt câu vè mẹ ru
Rồi đây
bóng xế trăng lu
Về đâu dáng mẹ !!! chợt thu quặn lòng

TRẦN ĐỨC

Nguyễn Phan Quang & Ngã Phương Huyền

MỖI KỲ VỚI CA KHÚC MỚI SÁNG TÁC

Thư Tòa soạn

Quí thân hữu và độc giả thân mến...

Đã bao lần có sự đề nghị về việc mở ra một tiết mục quan trọng có liên quan đến lãnh vực văn hóa, nghệ thuật nói chung … đó là: "*Mỗi Kỳ Với Ca Khúc Mới Sáng Tác*" … Nhưng BBT/VHM nhận thấy rằng việc đó mang tính "nhạy cảm", là dễ gây ra những ngộ nhận, không khéo sẽ đưa đến những "mất lòng" nhau một cách khó biện giải trong nội hay ngoại giới!!. Vì thế, chúng tôi đã khép lại những đề nghị như đã nêu trên…

Nhưng lại một lần nữa được mở ra với những đề nghị cũ… do từ một cơ duyên rất "may mắn" là từ những dây mơ rễ má của tình thâm thân hữu, dẫn đến một niềm vui và hạnh phúc khôn tả, đó là được: Nhạc sĩ Từ Công Phụng phổ bài thơ: "Người Muôn Thuở" của tôi thành nhạc, với tên mới "*Gửi Người Muôn Thuở*" (Bài thơ này của tôi nằm ở trang 156-157 trong tập thơ "*Anh Biết, Em Yêu Dấu*" được Nhà sách Tự Lực xuất bản & phát hành năm 2001…

Từ những yếu tố "*kích hoạt*" như kể trên, chúng tôi quyết định thực hiện ngay "*Mỗi Kỳ Với Ca Khúc Mới Sáng Tác*" " bao gồm đăng một, hai sheet nhạc và những bài viết về âm nhạc mang tính nghiên cứu, thảo luận, kể cả những tản mạn đóng góp vào loại hình nghệ thuật dùng âm thanh để diễn đạt, mang nặng tính quần chúng đám đông hơn cả này !! Tiểu mục do **Ngã Phương Huyền phụ trách ...**

Thưa quí thân hữu ...

Thật lòng mà nói rằng, mọi thứ trên đời đều không vượt thuyết tương đối … Việc tương tác thuần tính công tâm, bình đẳng cũng chỉ vững vàng được trong chủ quan đầy niềm tự tin, mới mong mạnh bước với những diễn tiến tốt đẹp, mang niềm vui và hạnh phúc đến với mọi người…

Trân trọng.

* Kỳ thứ **XIII** khởi đăng 4 sheet nhạc:
1/ Đừng Hẹn Kiếp Sau_thơ San Phi_nhạc Hà Nguyên Du
2/ Nhớ Em Đồng Khánh_thơ Lê Nguyễn _nhạc Hoàng Gia Thành
3/ Bóng Em Như Mộng Giữa Đời _Lời Hà Nguyên Du & Kimchi Hoang

ĐỪNG HẸN KIẾP SAU

1

Thơ San Phi
Nhạc Hà Nguyên Du

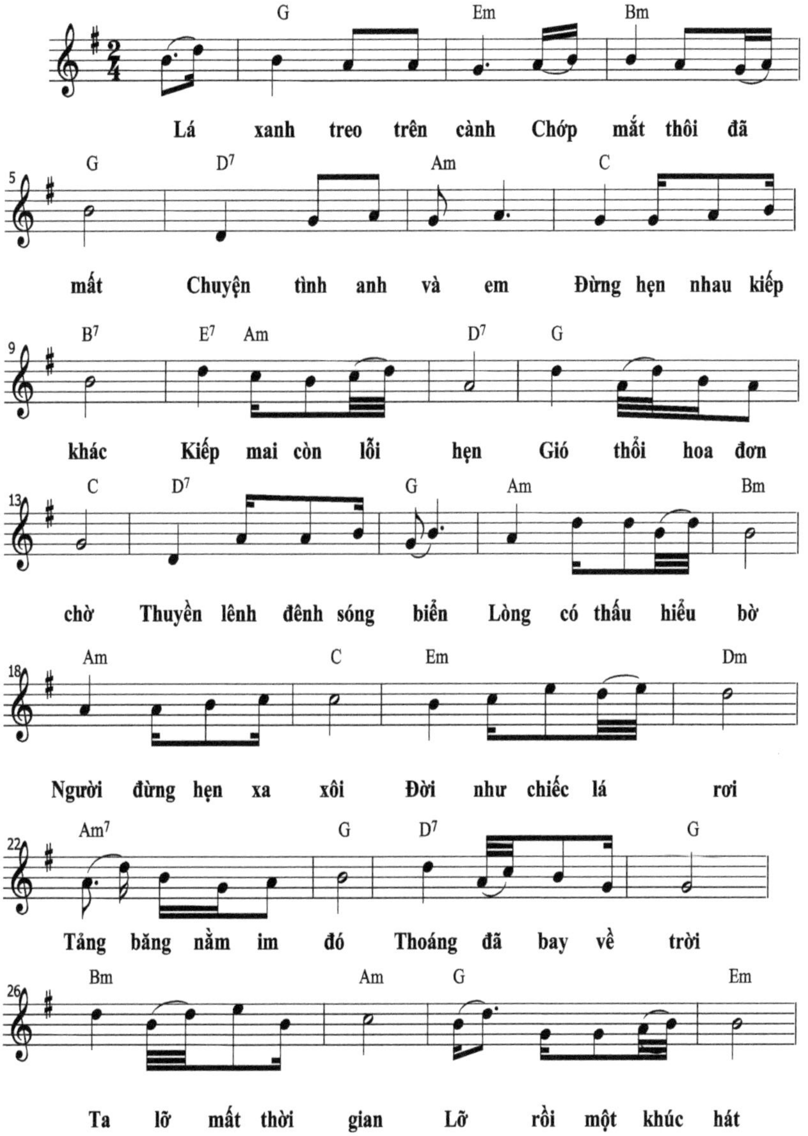

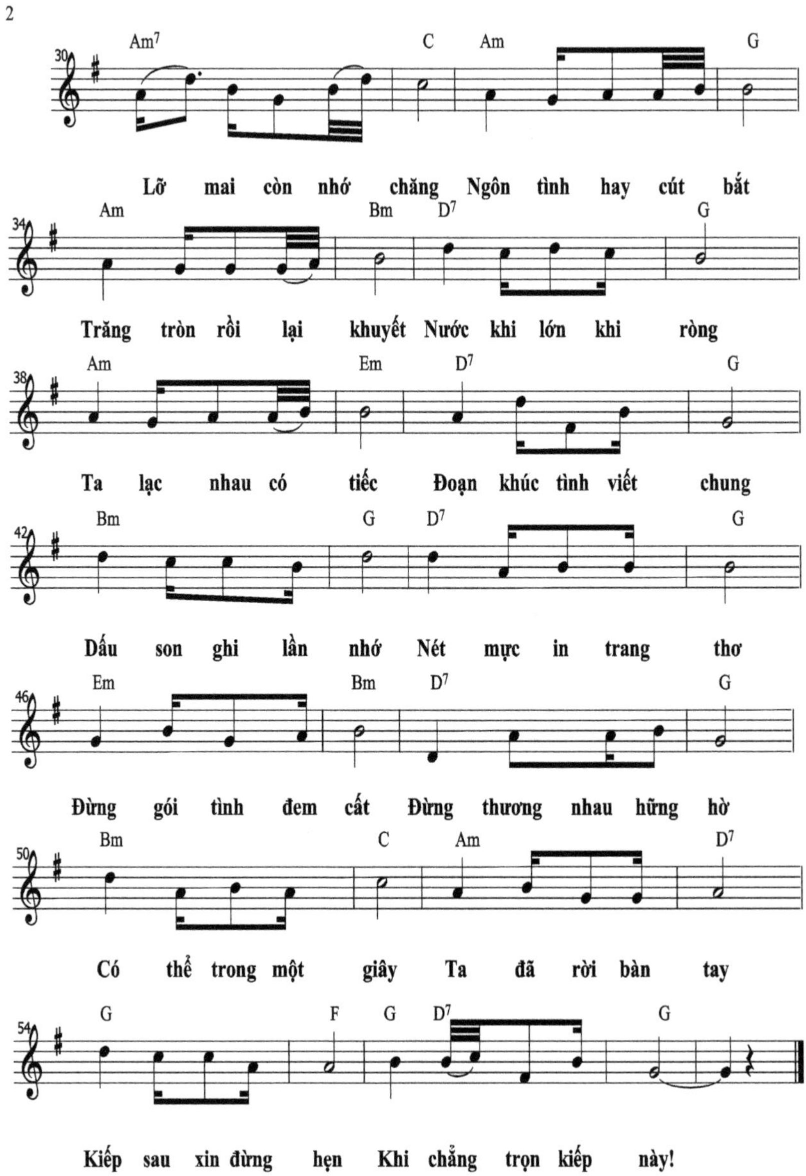
2
Am7 C Am G
Lỡ mai còn nhớ chăng Ngôn tình hay cút bắt
Am Bm D7 G
Trăng tròn rồi lại khuyết Nước khi lớn khi ròng
Am Em D7 G
Ta lạc nhau có tiếc Đoạn khúc tình viết chung
Bm G D7 G
Dấu son ghi lần nhớ Nét mực in trang thơ
Em Bm D7 G
Đừng gói tình đem cất Đừng thương nhau hững hờ
Bm C Am D7
Có thể trong một giây Ta đã rời bàn tay
G F G D7 G
Kiếp sau xin đừng hẹn Khi chẳng trọn kiếp này!

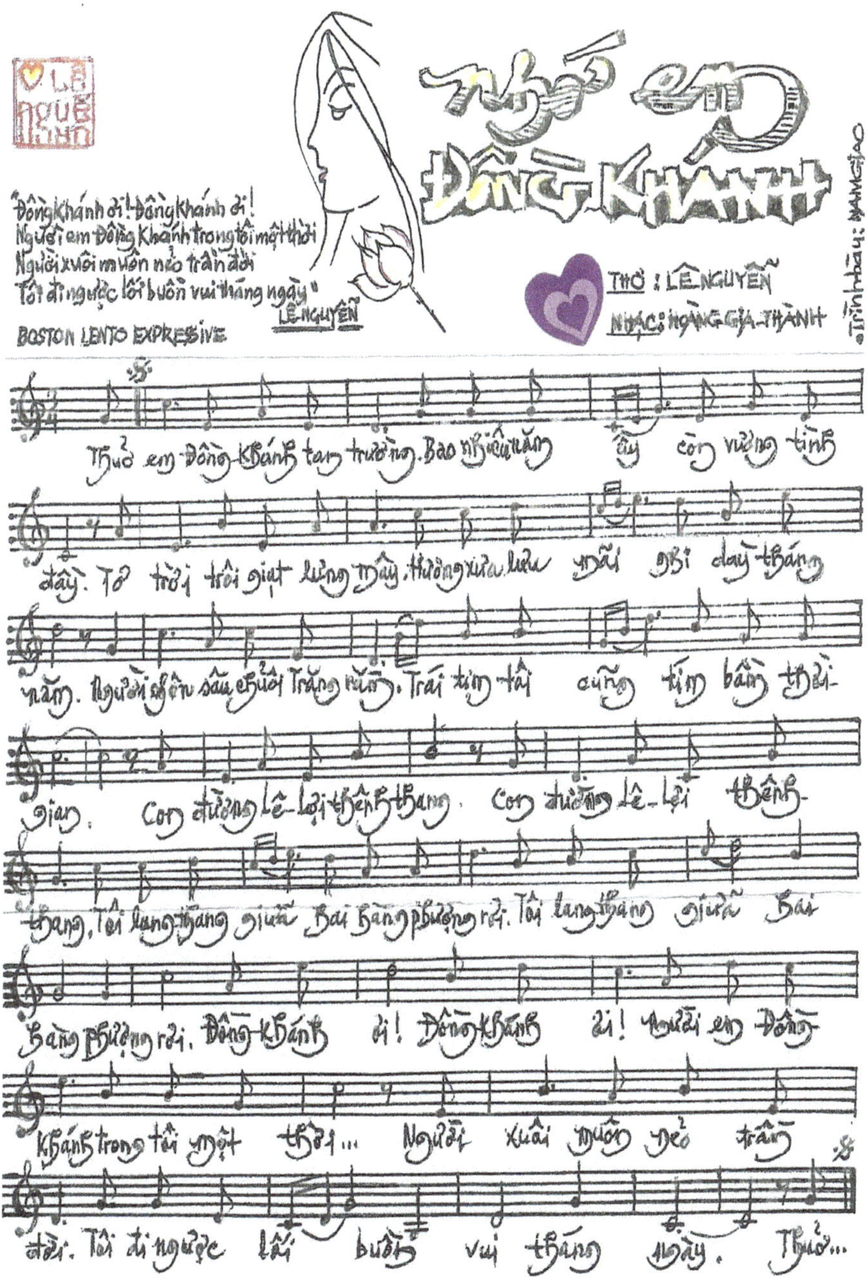
Nhớ em Đồng Khánh
"Đồng Khánh ơi! Đồng Khánh ơi!
Người em Đồng Khánh trong tôi một thời
Người xuôi muôn nẻo trần đời
Tôi đi ngược lối buồn vui tháng ngày"
LÊ NGUYỄN
BOSTON LENTO EXPRESSIVE
THƠ: LÊ NGUYỄN
NHẠC: HOÀNG GIA THÀNH

Bóng Em Như Mộng Giữa Đời

Nhạc: Kimchi Hoang
Lời: Hà Nguyên Du & Kimchi Hoang

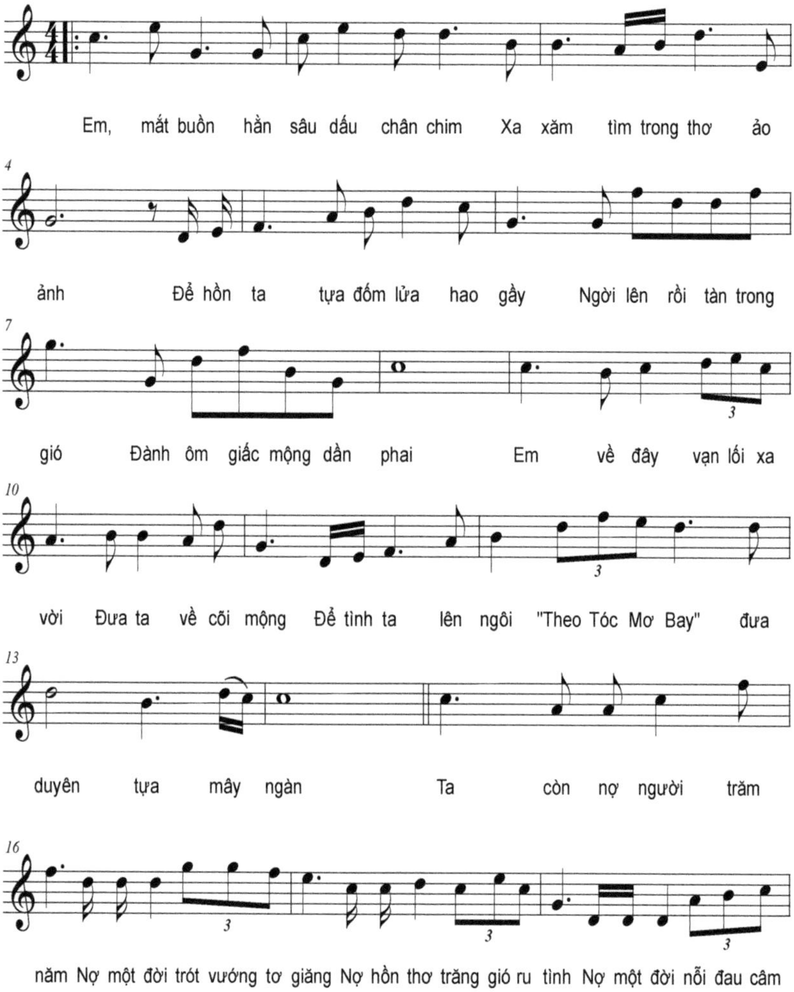

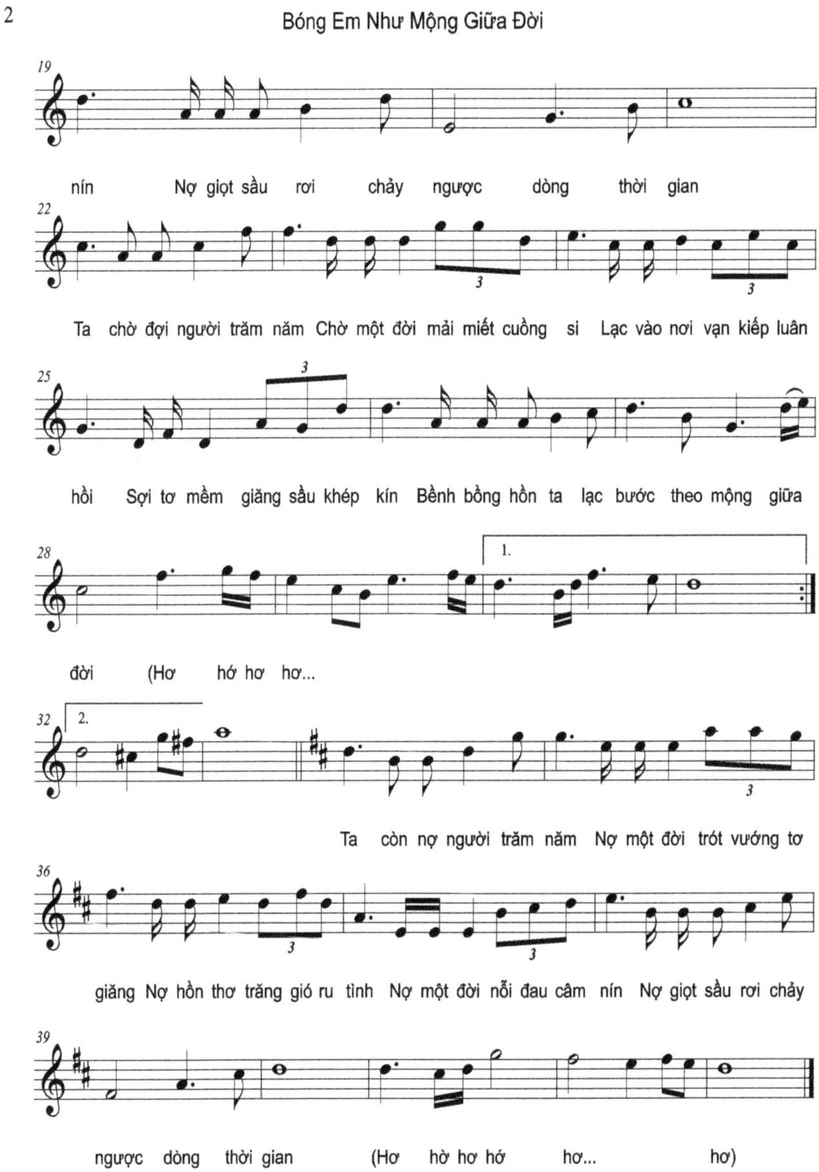

"Theo Tóc Mơ Bay" là tựa đề ca khúc, viết vào năm 2022,
nhạc: Kimchi Hoàng, lời: Hà Nguyên Du và Kimchi Hoàng.

November 2024

NHẬT KÝ VĂN HỌC
tạp chí văn học mới

Tin tức Nữ Văn Sĩ Quỳnh Dao ra đi ở tuổi 86; tại nhà riêng ở Tân Bắc (Đài Loan) vào chiều ngày 4 tháng 12/2024. (theo báo chí thì có nghi ngờ là bà tự tử).

Tưởng nhớ Nữ văn sĩ Quỳnh Dao: Người để lại dấu ấn khó phai trong văn chương

Lời tưởng niệm và chia buồn

Hôm nay, chúng ta cùng nhau dành một khoảnh khắc để tưởng nhớ Nữ văn sĩ Quỳnh Dao, một biểu tượng lớn của nền văn học hiện đại đã rời xa cõi tạm. Sự ra đi của bà không chỉ để lại nỗi mất mát vô bờ trong lòng gia đình, bạn bè mà còn khiến hàng triệu độc giả yêu văn chương đau buồn. Chúng ta xin gửi lời chia buồn sâu sắc đến gia quyến và cùng cầu mong bà an nghỉ nơi vĩnh hằng.

Cuộc đời và sự nghiệp*

1. Tiểu sử

Quỳnh Dao, tên thật là Trần Triết, sinh ngày 20 tháng 4 năm 1938 tại Thành Đô, tỉnh Tứ Xuyên, Trung Quốc. Gia đình bà sau này chuyển đến Đài Loan, nơi bà trưởng thành và bắt đầu sự nghiệp văn chương. Ngay từ nhỏ, Quỳnh Dao đã bộc lộ niềm đam mê với văn học. Bà thường dành hàng giờ đọc sách, viết truyện và mơ mộng về thế giới của riêng mình.

Trong những năm tháng đầu đời, bà phải đối mặt với nhiều khó khăn, bao gồm những định kiến xã hội về vai trò của người phụ nữ. Tuy nhiên, chính những thử thách này đã trở thành chất liệu phong phú cho các tác phẩm của bà sau này.

2. Tài năng và thành tựu

Quỳnh Dao được biết đến với phong cách văn chương lãng mạn và giàu cảm xúc. Các tác phẩm của bà thường xoay quanh những câu chuyện tình yêu sâu sắc, đôi khi đầy bi kịch, nhưng luôn ẩn chứa những bài học về lòng nhân ái và sự hy sinh. Văn phong của bà không quá cầu kỳ nhưng lại rất tinh tế, dễ dàng chạm đến trái tim người đọc.

Không chỉ là một nhà văn xuất sắc, Quỳnh Dao còn tham gia viết kịch bản phim và truyền hình, đưa các tác phẩm của mình đến gần hơn với công chúng. Nhiều bộ phim chuyển thể từ tiểu thuyết của bà như *Hoàn Châu Cách Cách*, *Dòng Sông Ly Biệt* đã trở thành những tác phẩm kinh điển, ghi dấu ấn sâu đậm trong lòng khán giả.

3. Các tác phẩm nổi bật

Quỳnh Dao đã để lại cho đời một kho tàng văn học đồ sộ với hơn 70 tiểu thuyết và nhiều kịch bản phim. Dưới đây là một số tác phẩm tiêu biểu:

- *__Dòng Sông Ly Biệt__ (煙雨濛濛):* Một câu chuyện tình yêu đầy nước mắt giữa Lục Y Bình và Hà Thư Hoàn, phản ánh sự chia ly và đau khổ trong thời kỳ hỗn loạn của xã hội Trung Quốc.
- *__Xóm Vắng__ (庭院深深):* Một tiểu thuyết xoay quanh cuộc sống đầy uẩn khúc của nhân vật chính và những bí mật trong gia đình cô.
- *__Hải Âu Phi Xứ__ (海鸥飞处):* Một tác phẩm mang tính biểu tượng với thông điệp mạnh mẽ về tự do và sự khao khát tìm kiếm chính mình.
- *__Tình Câm__ (哑妻):* Khắc họa câu chuyện tình yêu đầy đau thương của một người phụ nữ câm lặng, qua đó làm nổi bật sự kiên cường và hy sinh của phái đẹp.

Vài nét về "Mùa Thu Lá Bay"

Cốt truyện:

"Mùa Thu Lá Bay" là câu chuyện tình yêu đầy bi thương giữa hai nhân vật chính, Từ Lâm và Trình Hàn Vũ. Tình yêu của họ không chỉ bị cản trở bởi những hiểu lầm, định kiến mà còn bởi bi kịch đau lòng về số phận. Tiểu thuyết lột tả nỗi đau chia lìa và những xúc cảm sâu lắng trong tâm hồn mỗi con người.

Ý nghĩa:

Tác phẩm không chỉ là câu chuyện tình cảm, mà còn gợi lên những suy tư sâu sắc về tình yêu, mất mát và khát khao hạnh phúc. "Mùa Thu Lá Bay" đã trở thành biểu tượng cho sự lãng mạn, nhẹ nhàng nhưng thấm đẫm nỗi buồn mà Quỳnh Dao thể hiện qua các trang viết.

Chuyển thể:

Tiểu thuyết này đã được chuyển thể thành phim với cùng tên, và được đón nhận nồng nhiệt, góp phần làm phong phú thêm di sản của Quỳnh Dao trong lĩnh vực điện ảnh.

Không chỉ viết văn, Quỳnh Dao còn sáng tác nhiều kịch bản phim thành công, trong đó nổi bật nhất là loạt phim *Hoàn Châu Cách Cách* – tác phẩm gắn liền với tuổi thơ của nhiều thế hệ khán giả.

Lời tri ân và tiếc thương

Sự ra đi của Quỳnh Dao là một mất mát lớn lao cho nền văn học và nghệ thuật. Tuy nhiên, những tác phẩm của bà sẽ mãi là tài sản quý giá, tiếp tục truyền cảm hứng cho các thế hệ sau.

Quỳnh Dao đã dạy chúng ta rằng, trong cuộc sống có thể có những đau khổ và mất mát, nhưng tình yêu và lòng nhân ái sẽ luôn là ánh sáng soi đường. Dù bà đã rời xa, nhưng trong từng trang sách, từng câu chữ, hình bóng của bà vẫn sẽ mãi hiện diện, như một người bạn đồng hành với độc giả khắp thế giới.

Hãy cùng giữ mãi những kỷ niệm đẹp về bà và tiếp tục trân quý các tác phẩm của Quỳnh Dao – những di sản mà bà đã để lại cho nhân loại.

NHẬT KÝ VĂN HỌC
tạp chí văn học mới

Hai sự kiện nổi bật nhất thuộc lĩnh vực văn hóa nghệ thuật toàn cầu cuối năm 2024 và đầu năm 2025 đáng được ghi nhận là:

1. Festival Nghệ thuật Quốc tế Huế 2024 (Tháng 12/2024, Việt Nam)

Với chủ đề *"Di sản văn hóa với hội nhập và phát triển"*, sự kiện này là tâm điểm văn hóa Đông Nam Á, quy tụ hơn 13 đoàn nghệ thuật từ 7 quốc gia (Nhật Bản, Pháp, Bỉ, Tây Ban Nha, Canada...).

Các chương trình nghệ thuật bao gồm múa trống Eisa của Nhật, flamenco từ Tây Ban Nha, và triển lãm nghệ thuật đương đại hướng tới Thế vận hội Paris 2024. Festival không chỉ giới thiệu di sản Việt Nam mà còn khẳng định sự đa dạng và giao lưu văn hóa quốc tế

2. Triển lãm Quốc tế Venice Biennale lần thứ 60 (Tiếp tục đến tháng 1/2025, Venice, Ý)

Venice Biennale, một trong những triển lãm nghệ thuật đương đại lớn nhất thế giới, tập trung vào chủ đề "Foreign Encounters" năm nay.

Sự kiện quy tụ các nghệ sĩ từ hơn 80 quốc gia, với các tác phẩm thách thức những quan điểm cố hữu về danh tính và toàn cầu hóa. Các tác phẩm nổi bật từ khu vực châu Á, châu Phi và Mỹ Latinh được ghi nhận vì cách tiếp cận mới mẻ, vượt qua biên giới văn hóa

Cả hai sự kiện này không chỉ mang tính nghệ thuật cao mà còn tạo không gian đối thoại về văn hóa, di sản và toàn cầu hóa trong bối cảnh hiện đại.

Phân tích chi tiết hai sự kiện VHNT nổi bật cuối 2024 và đầu 2025

1. Festival Nghệ thuật Quốc tế Huế 2024

Thời gian và địa điểm: Tổ chức vào tháng 12/2024 tại cố đô Huế, đây là một trong những sự kiện văn hóa nghệ thuật lớn nhất Việt Nam và khu vực.

Chủ đề: "*Di sản văn hóa với hội nhập và phát triển*". Festival nhấn mạnh tầm quan trọng của việc bảo tồn văn hóa truyền thống trong bối cảnh giao thoa toàn cầu

Điểm nổi bật:

Quốc tế hóa nghệ thuật: Festival thu hút hơn 13 đoàn nghệ thuật đến từ Nhật Bản, Pháp, Tây Ban Nha, Bỉ, và Canada, mang đến sự đa dạng về phong cách biểu diễn như flamenco, múa trống Eisa và biểu diễn piano đương đại.

Triển lãm và trình diễn nghệ thuật đương đại: Những sáng tác lấy cảm hứng từ di sản Á-Âu sẽ được giới thiệu tại các không gian triển lãm và biểu diễn ngoài trời, bao gồm cả các hoạt động hướng tới Thế vận hội Paris 2024

•

Ý nghĩa văn hóa và kinh tế: Không chỉ là sự kiện nghệ thuật, Festival còn là dịp để thúc đẩy du lịch và phát triển kinh tế, góp phần quảng bá Huế như một trung tâm văn hóa đậm bản sắc.

Phân tích: Festival Huế 2024 không chỉ là dịp bảo tồn và tôn vinh văn hóa Việt Nam mà còn là cầu nối văn hóa, thể hiện vai trò của Việt Nam trong cộng đồng nghệ thuật quốc tế. Đây là minh chứng cho khả năng hội nhập toàn cầu của nghệ thuật Việt, đưa di sản truyền thống hòa quyện với sáng tạo hiện đại để thu hút khán giả khắp thế giới.

2. Venice Biennale lần thứ 60

Thời gian và địa điểm: Diễn ra tại Venice, Ý, từ cuối năm 2024 đến tháng 1/2025. Đây là triển lãm nghệ thuật đương đại danh giá nhất thế giới, tổ chức hai năm một lần

Chủ đề năm nay: *"Foreign Encounters" (Những cuộc gặp gỡ ngoại giới).*

Điểm nổi bật:

Tính quốc tế: Hơn 80 quốc gia tham gia, với các gian triển lãm quốc gia và khu vực tại các bảo tàng, không gian ngoài trời, và các cung điện lịch sử của Venice.

Tác phẩm tiêu biểu: Các sáng tạo tập trung vào danh tính, toàn cầu hóa, và khủng hoảng môi trường. Gian hàng châu Á, Mỹ Latinh, và châu Phi được đánh giá cao nhờ cách kể chuyện độc đáo và cảm xúc mạnh mẽ, thể hiện những thách thức trong bối cảnh toàn cầu.

Đổi mới nghệ thuật: Venice Biennale 2024 có sự gia tăng các tác phẩm đa phương tiện, kết hợp công nghệ AI và thực tế ảo, mang đến trải nghiệm nghệ thuật mới lạ cho khán giả.

Phân tích:

Venice Biennale 2024 không chỉ là không gian nghệ thuật đỉnh cao, mà còn là nơi các nghệ sĩ toàn cầu khám phá mối quan hệ giữa cá nhân và thế giới qua lăng kính nghệ thuật. Chủ đề "Foreign Encounters" nhấn mạnh vai trò của nghệ thuật trong việc phá bỏ rào cản văn hóa và thúc đẩy sự hiểu biết giữa các dân tộc, đặc biệt trong thời đại mà những xung đột và khủng hoảng toàn cầu đang ngày càng gia tăng.

Tóm tắt và gợi ý đăng tải

Hai sự kiện này nổi bật nhờ quy mô và ý nghĩa sâu sắc: Festival Huế đại diện cho văn hóa Á Đông hội nhập với quốc tế, trong khi Venice Biennale khẳng định vị thế toàn cầu của nghệ thuật đương đại. Nội dung có thể xoáy sâu vào vai trò của nghệ thuật trong đối thoại văn hóa và giải quyết các vấn đề hiện đại như môi trường, toàn cầu hóa. Đây là thông điệp truyền cảm hứng mạnh mẽ, phù hợp với đối tượng độc giả của Văn Học Mới.

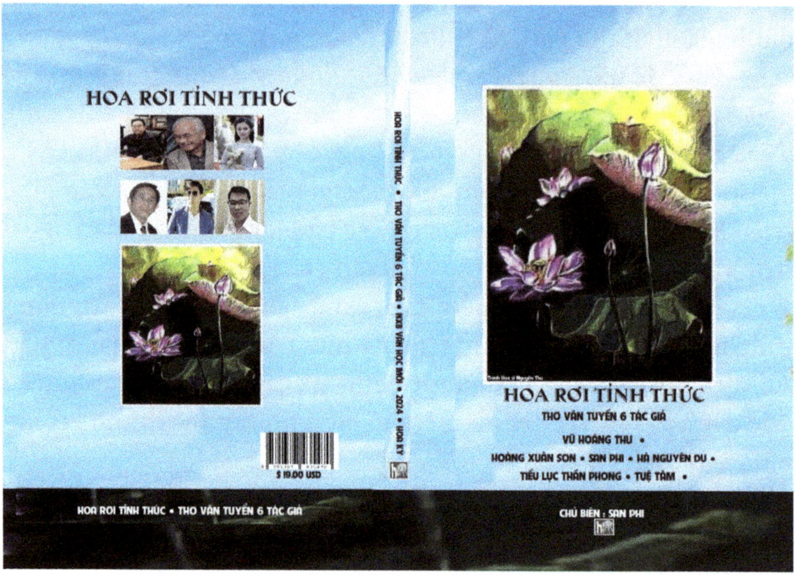

HOA RƠI TỈNH THỨC

THƠ VĂN TUYỂN 6 TÁC GIẢ

NỮ SĨ SAN PHI - CHỦ BIÊN.

***

VŨ HOÀNG THƯ
HOÀNG XUÂN SƠ
SAN PHI
HÀ NGUYÊN DU
TIỂU LỤC THẦN PHONG
TUỆ TÂM

NXB VĂN HỌC MỚI

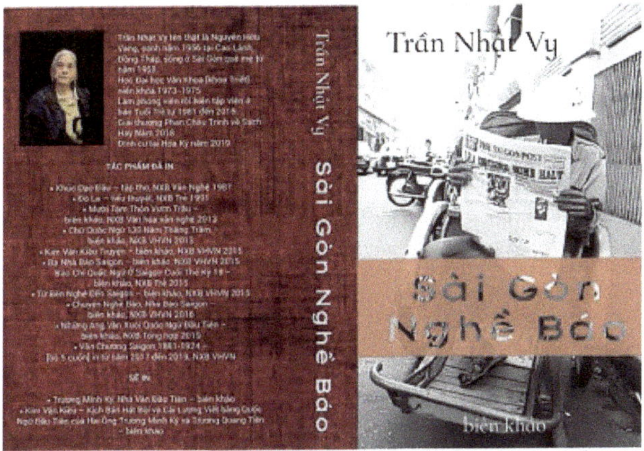

Sài Gòn Nghề Báo”- một biên khảo công phu của Trần Nhật Vy

HÀ GIANG

LGT: Nhà báo Trần Nhật Vy là đối tác mật thiết nhất của tôi trong việc lo nội dung cho tạp chí Tôi Yêu Tiếng Nước Tôi. Làm việc trong thời đại “zoom,” chúng tôi ít ra tòa soạn, và vì thế ít gặp nhau, nhưng mỗi khi chăm lo bài vở cho từng số báo, chẳng khi nào mà tôi không cảm thấy thấp thoáng đâu đó sự hiện diện của người bạn đồng nghiệp có nhiều kinh nghiệm hơn mình gấp bội.

Thế rồi đùng một cái, khoảng trước Tết Giáp Thìn, Trần Nhật Vy biến mất, nói anh “về Việt Nam để lo cho cuốn sách,” và đùng một cái, cuối tháng Chín, anh xuất hiện tại tòa soạn, bên cạnh những thùng nặng, mở ra toàn… sách.

Hí hoáy ký tên để tặng sách vài người bạn đồng nghiệp, tôi chưa bao giờ thấy mặt Trần Nhật Vy tươi vui rạng rỡ như thế, dù trông anh, sau gần mười tháng ở Việt Nam, dường như đã khắc thêm cái cái nắng chói chang của Sài Gòn vào làn da vốn đã rất… rám.

Và chẳng hiểu sao, khi cầm cuốn sách, đứa con tinh thần mới nhất của anh trên tay, tôi tự nhiên thấy rưng rưng. Sách dày 500 trang, bìa cứng, thoạt nhìn đã có cảm tình. Từ cái tựa đơn giản “Sài Gòn, Nghề Báo” đến tấm hình trắng đen của một bác xích lô, miệng ngậm thuốc, đầu đội nón, mắt chăm chú nhìn vào tờ báo có tên The Saigon Post. Ôi không hình ảnh nào tiêu biểu hơn cho Sài Gòn trong trí nhớ của tôi bằng chiếc xích lô, và không hình ảnh nào cảm động hơn cho một người viết báo bằng người phu xích lô cắm cúi xem một tờ báo!

https://www.toiyeutiengnuoctoi.com/sai-gon-nghe-bao-mot.../

Trần Nhật Vy

www.toiyeutiengnuoct

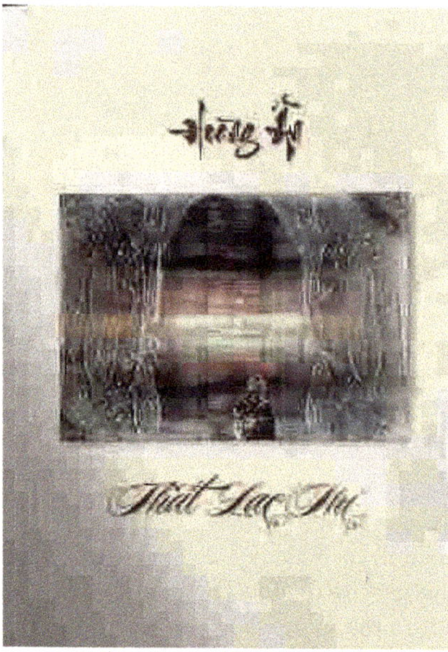

TRÂN TRỌNG GIỚI THIỆU
TUYỂN TẬP THƠ

THẤT LẠC THI

NHÀ THƠ / HỌA SĨ
HOÀNG ÂN

Sách dầy 212 trang
Tác giả tự xuất bản
Giá bán đề $30.00
Là một tập thơ đầu tay của tác giả
sáng tác trong 50 năm,
đi kèm với cuộc đời hội họa

TRẢ LỜI THƯ TÍN

1/ Tòa soạn Văn Học Mới, xin chân thành cảm ơn quí thân hữu là Nhà thơ, Nhà văn, Nhà Phê Bình, Biên khảo đã hết lòng ủng hộ..

Rất cảm ơn quí vị đã vì yêu mến VHNT nên không chút lo ngại khi nhiệt tình mua báo dài hạn.

Một niềm hạnh phúc nồng nàn đầy chất khích lệ là gia hạn sự ủng hộ cũng như tiếp tục đóng góp bài vở thường xuyên ... của quí tác giả, quí mạnh thường quân...

Tòa soạn VHM cũng không quên cảm ơn quí vị mua tạp chí của chúng tôi trên Amazon, kể cả mua trong những nhà sách ...

1/Con đường "Lập Đức" của tạp chí VHM vẫn luôn là việc ưu tiên hàng đầu. Vì thế "tiếng thơm đồn xa". Vẫn có lai rai thành viên mới cộng tác, cũng do từ anh em thành viên cũ có quá trình "làm ăn khấm khá với VHM nên giới thiệu cho bạn bè của họ!! Từ đó trong VHM số 20 kỳ đã bắt đầu gia tăng tác giả mua báo dài hạn

2/ VHM một mực thể hiện tình yêu thương quí trọng đến những tác giả đã một đời sống chết với Văn Học Việt Nam, đã để lại nhiều tác phẩm đóng góp.!! (Không phải riêng vì đã cộng tác với VHM mà chúng tôi mới làm số đặc biệt tưởng niệm ...) Mà là thể hiện sống theo đạo lý của dân tộc Việt mình là "Ăn trái nhớ kẻ trồng cây hay uống nước nhớ nguồn..

Có thể kể từ khi VHM ra đời, đã làm số đặc biệt tưởng niếm đến: (Số 2) tưởng niệm nhà thơ/ nhà biên khảo văn học Trần Văn Nam. (Số 6) tri ân nhà thơ/nhà văn/nhạc sĩ Nguyễn Đình Toàn. (Số 8) là số đặcbiệt coi như vinh danh Giai Phẩm Chủ Đề do nhà văn Nguyễn Trung Hối điều hành. (Số 10) tưởng niệm hai nhạc sĩ Nguyễn Hiền và Trầm Tử Thiêng. (Số 13) tưởng niệm Thi sĩ Giáo sư Trần Hồng Châu. Số 16) tưởng niệm nhà thơ Kim Tuấn... Và đến số 20, tưởng niệm nhà thơ/nhà văn Hoài Ziang Duy, một tác giả cộng tác đắc lực với tạp chí Văn Học Mới...Đến số 21 là số không chủ đề gì ...

3/ Trong trang Trả Lời Thư Tín thường kỳ, bổn báo xin giữ nguyền 2 phần trả lời 1& 2. Mục đích để có sự liên tục khi nói đến gồm có bao nhiêu số mà VHM đặc biệt tưởng niệm đến những VNS mà chúng tôi đã làm trong mấy năm qua. Chúng tôi sẽ thông báo trước ít nhất 2 số, về dự trù cho những số tiếp theo sẽ là số tưởng niệm và bài viết chuyên đề về Ký giả / Nhà văn / Thi sĩ Hoài Trinh (trong thời kháng chiến chống Pháp, có in trong cuốn "Thi Nhân Việt Nam Hiện Đại Quyển 1 - Do Phạm Thanh biên soạn - NXB Sống Mới 1959). Nhưng sau khi thảo luận với các nhà biên khảo thì bị trở ngại, bởi 1 lý do thiết yếu và duy nhất là Thi sĩ Hoài Trinh, dù nổi tiếng trong những thập niên trước của thời ông sinh hoạt, nhưng chí có nhiều bản thảo về truyện và thơ mà chưa bung ra đời bằng sách xuất bản. Từ đó kêu gọi người viết thì thiếu hẳn tài liệu. Chính vì thế chúng tôi sẽ tiếp tục tưởng niệm hay vinh danh những tên tuổi dưới đây:

Số 28 Vinh danh Nhà Văn Nguyễn Văn Sâm
Số 31 Tưởng niệm Nhà văn Nguyễn Xuân Hoàng
Số 32 Tưởng niệm Nhạc sĩ Đỗ Lễ
Số 33 Vinh Danh Nhà Thơ Hoàng Xuân Sơn
Số 34 Bắt đầu phát hành vào tháng 11.2024 - mỗi tháng ra 1 số báo ...

4/ VHM số 24 tưởng niệm Nhà văn Nguyễn Trung Hối

5/ Trong 2 tháng vừa qua, VHM làm hai số dồn một, tức là số "22 &23" thuộc số tháng 2 năm 2023 Xuân Quí Mão. Chính bổn báo cũng không ngờ rằng với chỉ mục đích là "Kỷ Niệm 5 Năm Phát Hành Văn Học Mới" thôi!! (Theo dự trù là nhắm giới thiệu sự nghiệp sáng tác của mỗi tác giả) nên dành nhiều trang để họ có dịp tỏ bày... Ngờ đâu rằng "phóng lao thì phóng theo lao" ... Số trang tăng vọt lên chưa từng có trong lịch sử của mọi thời, mọi tờ báo Văn Học. (tăng gần 8 trăm trang). Khiên tờ báo nặng ký như cuốn tự điển.... Phát hành xong, mỗi tác giả đều có trong tay, hẳn nhiên sự trố mắt nhìn và tóm tắt khen ngợi không tiếc lời!!

6/ Trong Văn Học Mối số 22 & 23 Xuân Quí Mão vừa qua, có số lượng tác giả gia hạn mua báo dài hạn cũng tăng đều đặn.... Bổn báo chân thành cảm ơn quí tác giả tích cực cộng tác với VHM và nhiệt tình ủng hộ báo dài hạn. Một hành động nhân quả tốt đẹp là một niềm khích lệ vô cùng lớn lao cho tờ báo thêm mạnh bước chân cứng đá mềm!!

7/ VHM số 27 & 28 đã công bố trước ngày bắt đầu của "Giải Thơ Văn Học Mới 2024" . Thật sự ngày tháng bắt đâu nhận bài là giữa tháng hai và kết thúc đến giữa tháng 5 > Tháng 6 mới công bố kết quả giải, nhưng từ khi bắt đầu công bố sớm trên VHM số 27, đã có hàng loạt người ở khắp nơi đã gửi bài dự thi trước rồi, Đó là một biểu hiện tích cực đầy lạc quan cho Giải Thơ mang tính đột phá và thăng hoa cho "dòng chảy VHNT" ở Hải Ngoại của chúng ta....Mãi cho đến VHM số 29 Xuân Giáp Thìn cận kề đến, số lượng người tham dự càng tiếp tục gia tăng hơn. Chúng tôi đang chuẩn bị đánh "số mật mã cho mỗi tác giả" để giữ công bằng và gửi đến mỗi giám khảo trong hội đồng chấm giải...

8/ <u>Xin quý tác giả **LƯU Ý**</u> , khi gởi bài cho Văn Học Mới - **Bộ mới phát hành mỗi tháng ra một số (1 Tháng / ra 1 số - "Nguyệt San Báo) :**
- Về thơ: Không quá 3 trang...
- Về Truyên ngắn: Không quá 12 trang, nếu hơn ... có thể đăng làm 2 kỳ)

BÀI VỞ GỞI VỀ VĂN HỌC MỚI:

Gởi sáng tác, xin kèm theo địa chỉ, tên thật (có thể), số phone và Email. Gởi đến Văn Học Mới xin vui lòng đừng gởi báo khác. ***Nay Văn Học Mới phát hành theo định kỳ mỗi tháng ra 1 số. Như vậy trong vòng 1 tháng sau đó mà không thấy đăng, thì quí vị có quyền đăng báo khác. Điều quan trọng Văn Học Mới muốn nhắn nhủ đến quí tác giả là: Chúng tôi không đăng bài đã: 1/Đăng trên Facebook. 2/ Hoặc bất cứ đâu. 3/ Không nhận bài vở viết tay...***

Văn Học Mới xin quí vị lưu ý: là tạp chí **không có qui định trả tiền nhuận bút cho bất cứ tác giả nào cộng tác.** *(Vì vậy, mỗi tác giả trong nước khi gởi bài đăng , dưới tác phẩm thơ / văn, ngoài bút danh với tên thật hay điện thoại là tốt... Nhưng xin đừng ghi như bên VN là CMND và tài khoản ..v..v..*

Bài vở đánh máy trên một mặt giấy. Xin dùng Microsoft Word với công cụ đánh chữ **Uni Code hay Unikey** là tốt nhất. Nên dùng Font chữ thông dụng nhất là **Time New Roman.** *Bài vở không đăng chúng tôi không gởi trả lại. Theo nguyên tắc chờ một số mà không thấy đăng, số kế tiếp nếu có đăng thì chúng tôi sẽ thông báo, để quí vị không đăng báo khác...*

TẠP CHÍ VĂN HỌC MỚI
PHÁT HÀNH 12 SỐ /NĂM
BẮT ĐẦU SỐ 34 / PHÁT HÀNH VÀO THÁNG 11/2024

NHẬN BÀI TỪ NGÀY 1 ĐẾN NGÀY 15
NẾU AI GỬI TRỄ - SẼ DỜI LẠI SỐ SAU

Gửi bài vở cho tạp chí Văn Học Mới theo 3 hộp thư:
vanhocmoi4@gmail.com
tapchivanhocmoi.tho@gmail.com
ntlthu1016@gmail.com

Ngân phiếu/ chí phiếu mua báo dài hạn, xin đề:
HA NGUYEN
10291 Arundel, Ave
Westminster, CA 92683 - USA

Một cách rất tiện lợi và nhanh nhất là gởi trả qua công cụ có sẵn trong mỗi. ngân hàng là ; Zelle. (khi tác giả nào cần trả qua Zelle hãy email trước cho biết , sẽ cho số phone , kèm theo tên Ha Nguyen nữa là xong.

GIÁ BIỂU BÁO DÀI HẠN 12 SỐ / NĂM

HOA KỲ / MỘT NĂM / $ 240.00 . HAI NĂM $ 460.00

MUA______/ NĂM

CANADA / AUSTRALIA / PHÁP / ĐỨC
MỘT NĂM $ 280.00 . HAI NĂM / $540.00

MUA______/ NĂM

GIÁ BÁN TẠI CÁC NHÀ SÁCH US $20.00

GIÁ BIỂU BÁO DÀI HẠN 12 SỐ / NĂM

HOA KỲ / MỘT NĂM / $ 240.00 . HAI NĂM $ 460.00

MUA______/ NĂM

CANADA / AUSTRALIA / PHÁP / ĐỨC
MỘT NĂM $ 280.00 . HAI NĂM / $540.00

MUA______/ NĂM

GIÁ BÁN TẠI CÁC NHÀ SÁCH US $20.00

GIÁ BIỂU BÁO DÀI HẠN 12 SỐ / NĂM

HOA KỲ / MỘT NĂM / $ 240.00 . HAI NĂM $ 460.00

MUA______/ NĂM

CANADA / AUSTRALIA / PHÁP / ĐỨC
MỘT NĂM $ 280.00 . HAI NĂM / $540.00

MUA______/ NĂM

GIÁ BÁN TẠI CÁC NHÀ SÁCH US $20.00

GIÁ BIỂU BÁO DÀI HẠN 12 SỐ / NĂM

HOA KỲ / MỘT NĂM / $ 240.00 . HAI NĂM $ 460.00

MUA______/ NĂM

CANADA / AUSTRALIA / PHÁP / ĐỨC
MỘT NĂM $ 280.00 . HAI NĂM / $540.00

MUA______/ NĂM

GIÁ BÁN TẠI CÁC NHÀ SÁCH US $20.00

Chúng tôi NHẬN in ấn tác phẩm thuộc VHNT

NHÀ XUẤT BẢN VĂN HỌC MỚI

Phát hành toàn cầu qua hệ thống Amazon.
Sẽ giao đến tận nhà quí vị. Trên
tinh thần ủng hộ quí Văn Nghệ Sĩ
và thân hữu trong giới sáng tác
Liên lạc Hà Nguyên Du

vanhocmoi4@gmail.com
tapchivanhocmoi.tho@gmail.com
ntlthu1016@gmail.com

Ảnh bìa: Tranh " Phố Cũ" Họa sĩ Hoàng Ân
Trình bày bìa và nội dung: HÀ NGUYÊN DU

www.ingramcontent.com/pod-product-compliance
Ingram Content Group UK Ltd.
Pitfield, Milton Keynes, MK11 3LW, UK
UKHW021409091026
15624UKWH00009B/44

9 798348 274375